हिंदू धर्म

हिंदू धर्म

नेतृत्व आणि यशप्राप्तीसाठी अध्यात्म

प्रणय

अनुवाद : प्रसन्न पेठे

MANJUL

मंजुल पब्लिशिंग हाउस

First published in India by

MANJUL

Manjul Publishing House

Corporate and Editorial Office

• 2nd Floor, Usha Preet Complex, 42 Malviya Nagar,
Bhopal 462 003 – India

Sales and Marketing Office

•C-16, Sector 3, Noida, Uttar Pradesh 201301, India
Website: www.manjulindia.com

Distribution Centres

Ahmedabad, Bengaluru, Bhopal, Kolkata, Chennai,
Hyderabad, Mumbai, New Delhi, Pune

Marathi translation of *Hinduism: Spirituality For Leadership & Success* by Pranay

This Marathi edition first published in 2024

ISBN: 978-93-5543-973-4

Marathi translation: Prasanna Pethe

Printed and bound in India by Thomson Press (India) Ltd.

प्रस्तावना

हिंदू गूढवाद आणि अध्यात्म, आपल्याला नेतृत्वगुणांसंबंधी आणि यशासंबंधी विद्वत्तापूर्ण आणि व्यवहार्य अशी शिकवण देत असतं.

आपल्या आयुष्याच्या खडतर प्रवासात आणि आव्हानात्मक परिस्थितीत ही शिकवण अत्यंत महत्त्वाची ठरते. या पुस्तकातून हिंदुत्वाच्या अध्यात्मावर आधारित अशी शिकवण- आपल्याला वाचायला अत्यंत सोप्या, सुटसुटीत परंतु अंतरंग समजावून देण्याच्या स्वरूपात मांडलेली आढळेल.

जे यशासाठी प्रयत्न करत आहेत आणि ज्यांना आयुष्य एका उंचीवर नेण्यासाठी धडपड करायची आहे आणि मुख्य म्हणजे जी मंडळी स्वतःमधल्या नेतृत्वगुणांना विकसित करण्याचा मार्ग चोखाळताहेत अशांना हे पुस्तक नक्कीच आवडावं!

या पुस्तकाचा गाभा असणारी तत्त्वं सर्वांनाच- ज्यांना 'नेतृत्व' विषयामधली प्रगत दृष्टी हवी आहे, ज्यांना 'नेतृत्व' विषयामधली प्रगत दृष्टी हवी आहे, तसंच जी मंडळी आपापल्या क्षेत्रात उत्तुंग कामगिरी करू इच्छितात आणि आपलं आयुष्य खऱ्या अर्थाने समृद्ध करू पाहतात अशांसाठी लागू होतील.

हिंदू तत्त्वज्ञानाचं आणि गूढवादाचं खरं सौंदर्य ह्यातच आहे की जरी ते पाच हजार वर्षं पुरातन असलं तरी कालातीत आहे, प्रगत आहे आणि आजच्या काळाशीच नव्हे तर भविष्याशीदेखील सुसंगत आहे. आणि याचं कारण ते तत्त्वज्ञान हे, अत्यावश्यक मूल्यांवर आणि मानवी जाणिवेच्या आणि स्वभावाच्या सखोल अवगाहन शक्तीवर आधारित आहे.

भारतातल्या प्राचीन काळच्या उदार आणि द्रष्ट्या महापुरुषांनी (योगी, ऋषी, मुनी) अतिशय सखोल असं ज्ञान - हे पौराणिक कथा-संस्कृतीत

सामावलेल्या बोधकथा तसंच खोल अर्थ असणारी व्यावहारिक उदाहरणं देऊन लोकांना सकारात्मकतेनं अंगीकारता येईल अशा पद्धतीने सांगितलं आणि म्हणून ते सर्व त्या त्या काळच्या राजकीय परंपरेचा आणि जीवनातल्या प्रत्येक अंगाचा एक अविभाज्य भाग होतं. अगदी बघायचं झालं तर तरणाबांड सिकंदर जेव्हा भारताच्या स्वारीवर आला तेव्हा त्यानेसुद्धा जीवनाच्या या गूढार्थाच्या खोलात जाण्याचा आणि भारतीय नेतृत्व–गुणशैलीचा अभ्यास करून ते स्वतःमध्ये बिंबवण्याचा प्रयत्न केला होता.

प्रभु रामचंद्रांच्या अलौकिक नेतृत्वगुणांपासून ते स्टीव्ह जॉन्स या हिंदू शहाणपणाच्या विचारधारेतून घेतलेल्या स्फूर्तीपर्यंत आपण जीवनावर आणि यशस्वी नेतृत्वावर झालेला भारतीय तत्त्वज्ञानाचा प्रगाढ परिणाम पाहत आलोय.

आजच्या युगात आपण हिंदू गूढवादाचं जागतिक पातळीवर झालेलं पुनरुज्जीवन आणि पुनरुत्थान पाहतोय ज्यामुळे या विषयाशी सुसंगत कार्य, तेही योग्य वेळीच होताना आढळतंय. आणि जेव्हा जगामधे साथीच्या रोगापासून ते युद्धापर्यंत नाना प्रकारची आणीबाणीची परिस्थिती ओढवलेली आहे, तेव्हा हिंदुत्वाची शिकवण ही अशा वेळी जगभरच्या धडाडीच्या नेतृत्वासाठी आणि यशासाठी गुरुकिल्ली ठरू शकते आहे.

हे पुस्तक मी कालातीत शिकवण देणाऱ्या सर्व ऋषी, मुनी, साधू आणि गुरूंना अर्पण करीत आहे.

– प्रणय

अनुक्रमणिका

प्रकरण पहिले

भीष्म आणि शहाणं नेतृत्व

धडा : *अहंकार नसणे हा शहाणपणा! अहंकारामुळे मनांतर्गत गोंधळ निर्माण होतो आणि सुस्पष्टता हरवते; त्याच्यामुळे आपली ऊर्जा बद्ध होते आणि अनावश्यक चिंता निर्माण होते.*

जे महान नेते असतात ते अहंकारापल्याड जात आपल्या उच्च पातळीवरच्या मुक्त आणि अथांग 'स्व'च्या सहाय्याने काम करतात. अहंकार झटकून टाका आणि तुमच्यामधली उच्च प्रतीची नेतृत्वाची ऊर्जा जाणून घ्या, विशेषतः संकटप्रसंगी हा कळीचा मुद्दा ठरू शकतो. ह्यामुळे एखाद्या सुस्पष्टपणे, स्फूर्तीदायी ठरणारं, अंतर्गत सुसंवादी असणारं धाडसी आणि चैतन्यपूर्ण नेतृत्व करता येतं.

'महाभारत' या भारताच्या महान महाकाव्यामधे नेतृत्वासंबंधी आणि खऱ्या यशासंबंधी अध्यात्मावर आधारित अशा कितीतरी कालातीत दाखल्यांचा खजिना आहे. पांडवांचा ज्येष्ठ भाऊ युधिष्ठिर आणि आदरणीय पितामह भीष्म यांच्यामधला एक प्रसंग तर विशेष उल्लेखनीय आहे. कुरुक्षेत्रावरच्या एका लढाईत पांडवांनी मोठा विजय मिळवल्यानंतर, श्रीकृष्णाच्या सांगण्यावरून युधिष्ठिर हा शरपंजरी पडलेल्या भीष्माचार्यांची भेट घेतो. युद्धामध्ये मोठा विजय मिळवल्याने आता राज्य ताब्यात येऊ घातलेला युधिष्ठिर हा राज्यातल्या सर्वांसाठीच नेतृत्व, व्यवस्थापन, कर्तव्ये धर्म, जबाबदारी,

चांगल्या स्थितीची प्राप्ती आणि भरभराट अशा विषयांवर भीष्माचार्यांचा सल्ला घ्यायला जातो. भीष्माने त्या वेळी युधिष्ठिराला केलेल्या उपदेशामधे हिंदू धर्मातल्या शहाणपणाची महत्त्वाची तत्त्वं दिसतात.

भीष्म युधिष्ठिराला प्रेरणादायी आणि सुजाण नेतृत्वाची सर्वांत महत्त्वाची कळीची अंगं सांगतो. तो युधिष्ठिराला सांगतो की नेतृत्व हे सुजाण, शहाणपणाने निभावायचं असतं आणि त्यात अहंकाराला स्थान नसावं. अहंकाराचे नेतृत्व करायला लागल्यावर त्याची परिणती ही अधोगतीमध्येच होते. भीष्म म्हणतो की राजाला फक्त त्याच्या प्रजेकडूनच आदर मिळतो, मात्र शहाणपणाने, सुज्ञपणे वागणाऱ्याला जगात सर्वदूर मान मिळतो. त्यामुळे नेतृत्वगुणांसंबंधी लक्षात घेण्याजोगी बाब म्हणजे अंतर्मुख होऊन विचार करणं आणि आपल्यामधले चांगले गुण आणि शहाणपणा बाहेर काढणं. जे सद्गुणांना आणि मूल्यांना महत्त्व देतात तेच उत्तम नेते बनतात. हे आपल्याला जागतिक गूढवादामध्येही आढळून येतं. उदाहरणार्थ ताओच्या गूढवादाच्या तत्त्वज्ञानामध्ये लाओ त्सूची शिकवण अशी आढळते की उत्तम राजा (प्रशासक) तोच– जो अशा काही, अहंकारमुक्त, सुजाण बुद्धीने आणि कौशल्याने राज्य करेल की जनतेला कळणारही नाही राजा कोण ते! वेगळ्या शब्दांत सांगायचं तर, उत्तम निर्णय घेण्याची क्षमता असणारे नेते हे अत्यंत कार्यक्षम आणि कामाला वाहून घेतलेले असतात व त्यांना अहंकाराची गरजही पडत नाही. किंबहुना त्यांची कामामधली नावीन्य देण्याची क्षमता, कामाप्रति उत्कट निष्ठा आणि यथोचित अधिकार देण्याची वृत्ती ही अतिशय उत्साहपूर्ण, सहज आणि कौशल्यपूर्ण असते. असे नेते हे सकारात्मक आणि गतिशील असतात. असे नेते आपला अहंकार कुठेही मध्ये येऊ न देता लोकांच्या समस्या परिणामकारकरीत्या सोडवतात.

अहंकार माणसामधली गती कमी करतो; आपल्याला बंधनात जखडून त्यातूनच स्वत:कडे आणि जगाकडे पाहायला भाग पाडतो. जिथे अहंकार नसतो, तिथेच शहाणं नेतृत्व असू शकतं. हिंदू तत्त्वज्ञानाचा तो पायाभरणीचा दगड मानता येईल. त्यावरच हिंदू तत्त्वज्ञानामधली सर्व तत्त्वं आणि नियमावली आधारित आहे. अहंकाराने भरलेला नेता कधीही उच्च पातळीवरची दृष्टी, प्रामाणिकपणा व दूरदृष्टी प्राप्त करू शकत नाही आणि दीर्घ काळ चांगल्या प्रकारे नेतृत्वही देऊ शकत नाही. त्याच्या किंवा तिच्या सर्व कृती ह्या संधिसाधूपणाने भरलेल्या असतात आणि त्यामध्ये कुठेही

मूल्यनिर्मिती नसते. अशी संधिसाधू मंडळीसुद्धा यशस्वी होतात, पण अगदीच अल्पमितीत! आपल्याला जो मानवी जन्म लाभलेला आहे, त्याचं खरं यश हे आपल्यामधल्या सर्वोच्च गुणवत्तेचा आणि क्षमतेचा पूर्ण उपयोग करण्यात असतं; आणि आपल्यातली सर्वोच्च क्षमता ही अहंकार नसलेलं शहाणपण आणि व्यवहारात आपण करत असलेल्या मूल्यनिर्मितीमध्येच असते.

आपल्यातल्या अहंकार नसलेल्या शहाणपणाच्या पातळीवर आणि व्यवहार्य पातळीवर एकत्रितपणे आपण कोणत्या दर्जाची श्रेष्ठता प्राप्त करू शकतो ते आपल्याला भारताच्या दुसऱ्या श्रेष्ठ काव्यामधून – रामायणामधून – समजतं. हे आपल्याला रामायणाच्या नायकाच्या – प्रभू श्रीरामाच्या – धीरोदात्त व्यक्तिमत्त्वामधून आपल्याला नेतृत्वगुणाची सर्वोच्च मूल्यं आणि उत्तुंग यशप्राप्ति समजून घेता येते. इतक्या विविध प्रकारच्या प्रतिकूल परिस्थितींना तोंड देत श्रीरामाने मिळवलेलं यश आपल्याला हेच शिकवतं की त्याचा शांत, अहंकाराचा लवलेश नसणारा, सरळमार्गी आणि बुद्धिमानी स्वभाव आणि पराक्रमी नेतृत्व हे नेहमीच चिरकाल टिकणारं यश देऊन जातं. म्हणजेच शहाणपणाने नेतृत्व करणाऱ्या श्रीरामाच्या या शैलीसाठी दुसऱ्या कोणत्याही पुराव्याची गरज नाही.

खरं तर 'श्रीराम' हे कर्मयोगाचं मूर्तिमंत उदाहरण आहे. आणि याच विषयासंदर्भात पुढे भगवद्गीतेमधून श्रीकृष्णाने आणखी सखोल विचार आपल्याला दिलेत, ज्याचं प्रत्यक्ष उदाहरण आपण श्रीरामाच्या चरित्रात पाहू शकतो आणि शिकवणुकीतून आचरू शकतो. कर्मयोगाचा पायाच मुळी आधारलेला आहे तो अहंकार नसणाऱ्या कृतीवर, कार्यावर आणि नेतृत्वशैलीवर; त्याचप्रमाणे अलिप्त राहून कार्य करण्यावर! श्रीराम लक्ष्मणाला सांगतो, ''एखाद्या नदीच्या प्रवाहाबरोबर जसे आपण वाहत जातो, तसं आपले काम करत जा. त्यामुळे एखादी कृती करताना आपण त्यामध्ये अडकून पडू नये. तुझ्या हातानं कोणतेही काम होत असताना, तुझं मन आणि अंत:करण शुद्ध हवं!'' ह्या सांगण्यामधून श्रीराम कर्मयोगाचा गाभाच उलगडून दाखवत आहे. त्यामधून लक्षात घेण्याजोगे महत्त्वाचे मुद्दे असे –

(अ) कुठलंही काम करत असताना आपण एखाद्या प्रवाहातून वाहत आहोत आणि आपण ब्रह्मांडाच्या, विश्वचैतन्याच्या ऊर्जेने ओढले जाऊन त्या चैतन्याचा आविष्कार घडण्यापुरते एक साधन आहोत ही भावना हवी. (ब) त्या कार्याशी आपण जोडून राहता कामा नये आणि हातून घडणाऱ्या

कार्यामुळे अहंकारीसुद्धा असता कामा नये, उलट शांत, स्थिरचित्त असायला हवं, कुठल्याही प्रसंगात! (क) कोणत्याही सभोवताली घडणाऱ्या क्रिया आपल्या चित्तावर, आपल्या शहाणपणावर आपल्यातल्या अस्तित्वावर परिणाम करता कामा नये.

श्रीरामाच्या चरित्रामधल्या विविध प्रसंगांमधून आपल्याला त्याची उच्च प्रतीची जाणीव दिसून येते, त्याच्यामधल्या दिव्यत्वाचा प्रकाश आपल्याला श्रेष्ठ पातळीवरच्या जीवनाचे नेतृत्वगुणाचे धडे देतो. आणि त्याच वेळी आपल्याला त्याच्यामधील पराक्रमी योद्ध्याचा मार्गही समजतो.

सत्याची आणि न्यायाची कास धरून लढणारा अत्यंत प्रतिकूल परिस्थिती आणि जिवावरच्या संकटांमधून मार्ग काढणारा आणि त्या संकटांवर मात करणारा आणि दुष्ट प्रवृत्तींवर विजय मिळवणारा राजा आपल्याला दिसतो. श्रीरामाचं प्रचंड आव्हानांनी भरलेलं आयुष्य आणि प्रवास पाहिला तर आपल्याला दिसतं की, तो एकाच वेळी अहंकाररहित शहाणपण आणि अध्यात्मिक मूल्यांनी भरलेला आणि दुसरीकडे शौर्य आणि शांतियुक्त असा नेता आहे. म्हणून तर श्रीरामाला 'मर्यादापुरुषोत्तम' म्हणजेच धर्माचं, कर्तव्याचं आणि गतिशिलतेचं प्रतीक असणारा असा आदर्श नेता मानलं जातंय अगदी हजारो वर्षांपासून! महान आणि उत्क्रांत नेता असण्याची ती पायाभरणीच जणू! हे बघता एखाद्याला एक उत्तम दृष्टिकोन मिळून अंतर्मुख होऊन आत्मबल मिळतं. आपले राजगुरू वसिष्ठ ऋषींना श्रीराम अनेक प्रश्न करतो, जीवन आणि नेतृत्वासंबंधी शंका विचारतो आणि त्यांच्या संवादामधून आपल्याला विनम्रता आणि उच्च धैर्याने भरलेल्या श्रीरामाच्या नैतिक अधिष्ठानाचीही ओळख होते.

त्यानंतर आपल्याला निगर्वी श्रीराम आपला सिंहासनावरचा हक्क सोडून आपल्या वडिलांची आज्ञा शिरसावंद्य मानून वनवासात जाण्याचा निर्णय घेताना दिसतो, आणि हे सर्व कधी- तर जेव्हा सर्व अयोध्यावासी आणि त्याचे बंधू त्याच्यावरच्या प्रेमापोटी आणि भक्तीपोटी त्याच्यासाठी, त्याच्यावर होणाऱ्या अन्यायाविरुद्ध लढण्यासाठी तयार असताना! आणि तशा परिस्थितीत आपल्या मनाचा तोल ढळू न देता श्रीराम सर्वांची प्रेमाने समजूत घालून शांतपणे उच्च मूल्यांचा स्वीकार करत सिंहासनाचा त्याग करून वनवासात जाण्याचा निर्णय घेत एक आदर्श आपल्या समोर ठेवतो. सर्वच मोठ्या नेत्यांनी यापासून बोध घेण्यासारखे आहे : स्टीव्ह जॉब्सने

आपल्या मुख्य डिझाइनरला - जोनॅथन आईव्हला - विचारलं होतंच, ''तू आपल्या स्वप्नासाठी, कल्पनेतल्या चित्रासाठी कोणत्या गोष्टीचा त्याग केला आहेस?'' आत्मबल, अंतर्गत शक्ती मिळवण्यासाठी आपल्याला एक प्रकारचं आत्मबलिदान करावं लागतं. हा सर्व गूढवादाच्या तत्त्वांचा पाया म्हणता येईल. सनातन (हिंदू) धर्म असो, जैन धर्म असो की बौद्ध धर्म असो; 'आपल्या अहंकाराचा त्याग करणं' हा सर्वांत उच्च प्रतीचा त्याग किंवा बलिदान मानले जाते. आपल्या अहंकाराचा त्याग केल्यानं आपण आपल्या जागृत मनोवस्थेमध्ये, जाणिवेमध्ये, आपल्या देहभानाच्या उत्क्रांतीमध्ये आणि आपल्या दृढ निश्चयामध्ये एक फार मोठी उडी घेतो असं म्हणता येईल. यामुळे आपण इतरांसमोर एक चांगलं उदाहरण ठेवू शकतो आणि त्यायोगे इतरांच्या नजरेत कौतुकास पात्रही ठरू शकतो. यामुळे नेत्याला आवश्यक असणारी सर्वांत महत्त्वाची गोष्ट म्हणजे 'लोकांचा आदर' तो मिळवू शकतो.

आपल्याला हे समजून घेतलं पाहिजे की खरा योद्धा हा कधीही अहंकारी नसतो. अहंकारामुळे योद्ध्याची कौशल्यं खुरटतात आणि त्याच्या हालचालींमधली चपळाई मंदावते. योद्ध्यामध्ये अहंकाररहित असण्याविषयी सुस्पष्टता हवी; एक प्रकारची निर्धारयुक्त, पोलादी, थंड कणखरता आणि प्रवाही ऊर्जा हवी. आदर्श योद्ध्याचे हे गुण श्रीरामांमध्ये मूर्तिमंत एकवटलेले तर होतेच; पण तसेच ते जगभरच्या पराक्रमी योद्ध्यांच्या संस्कृतीतही सांगितलेले आढळतात- जसे की जपानी 'बुशीदी' समुराईंच्या सांकेतिक नियमावलीत! श्रीरामाने त्याच्या कित्येक शत्रूंशी वैयक्तिक वैर नसतानाही लढत असताना हा अहंकाररहित योद्धाभाव दाखवून दिला आहे केवळ न्याय मिळवून देण्यासाठी! बदला घेण्याच्या वृत्तीने नव्हे!! महान योद्धे हे जाणून असतात की वैयक्तिक बदला घेण्याची वृत्ती असणं म्हणजे ऊर्जेचा अपव्ययच! आपण कायमच धर्माच्या मार्गाने चालणं आणि अहंकाररहित आणि मुक्तपणे कर्तव्य निभावणं हेच श्रेयस्कर असतं! असं वागल्याने नेत्याच्या स्वतःच्या आयुष्यात शांती आणि परिपूर्ती तर येतेच; त्याचबरोबर सभोवतालच्या लोकांमध्ये एक सुदृढ सामाजिक ताकद निर्माण होते, आणि श्रीरामाने नेमकं हेच तर साध्य केलं. आपल्या पत्नीचं हरण करून जिला पळवून नजरकैदेत ठेवणाऱ्या रावणाशी त्याने कधीही बदल्याची भावना किंवा वैयक्तिक वैरभाव धरला नाही. उलट रावणाला

पराभूत करण्याच्या मोहिमेवर आलेल्या अनेक जबरदस्त अडथळ्यांना तोंड देताना त्याने अत्यंत संयमी आणि शहाणपणाने आपलं अहंकाररहित नेतृत्व जगाला दाखवून दिलं. रामाच्या अहंकाररहित सामंजस्याचं सर्वांत मोठं उदाहरण म्हणजे रावणाचा पराभव होऊन तो मरणपंथावर असतानादेखील श्रीराम लक्ष्मणाला सांगतो की रावणाचा आदर कर आणि त्याच्याकडून घेण्यासारख्या काही गोष्टी आहेत त्या जरूर शीक म्हणून.

गोळाबेरीज हीच सांगता येईल की हजारो वर्षांपासून एक आदर्श योद्धा आणि नेता म्हणून श्रीरामाने जो आदर मिळवला आहे, तो आपल्या अहंकाररहित, नम्र वागणुकीने आणि समोरच्याला आदर देण्याने आणि अध्यात्मिक मूल्यं जपण्याने! दुसऱ्यांकडून आदर मिळवण्याचा सर्वोत्तम मार्ग म्हणजे आपण दुसऱ्यांना आदर देणं जिथे त्याची जरुरी असते आणि हे करण्यासाठी अहंकाराने भरलेली नेतृत्वशैली नव्हे तर शहाणपणाने, संयत वागणुकीची गरज असते.

प्रकरण दुसरे

पौर्वात्य विरुद्ध पाश्चिमात्य नेतृत्वशैली

धडा : *पेरलेल्या बीजाचे गुणधर्म हे त्यापासून बनणाऱ्या वृक्षाचे गुणधर्म ठरवतात, तुमच्या नेतृत्वशैलीने घेतलेले निर्णय आणि विचारप्रक्रिया ही तुमच्या आंतरिक आनंदी जाणिवेच्या बीजापासून आलेली असू द्यावी. म्हणजेच शांत, आशावादी आणि मनातून शांतगंभीरतेतून येणारी!*

त्यातूनच मग एक आशा, ताकद आणि लोकांच्या मनात विश्वास निर्माण होईल. करिश्मावान नेत्याचं हेच तर गुपित असतं! आपल्या 'स्व'च्या जाणिवेतून, आपल्या मनाच्या खोलीतून आलेल्या भावना आणि विचारांनुसार वागणं हेच भारतीय आध्यात्मिक तत्त्वज्ञानाचं मूळ तत्त्व आहे. जे जे उत्तम आहे त्याचा पाठपुरावा करणं ह्याला ते लागू होतं आणि त्याची मदत आपल्याला खरं यश आणि अलौकिक बुद्धिमत्तेची प्राप्ती होण्यासाठी मिळते.

पाश्चिमात्य जगताच्या तुलनेत, पौर्वात्य जगाचा आत्मज्ञानावर आणि आत्मभानावर जास्त जोर राहिलेला आहे. आणि हा गुण सर्व राजेरजवाड्यांनी, त्यांच्या सरदारांनी आणि इतर सर्व प्रकारच्या नेत्यांनी अंगी बाणवावा अशीच

अपेक्षा असे. त्याचा संबंध फक्त ताकदीशी नसतो, तर ते आपल्या जाणिवेत इतकं रुतून जायला हवं की आपल्या हातून घडणाऱ्या प्रत्येक कृतीतून आपल्या अंतरंगातल्या त्या जाणिवेचा प्रकाश त्यात प्रतिबिंबित व्हावा! त्यामुळे एक नेता म्हणून आपली उर्जा, आपला दृष्टिकोन आणि आपला प्रभाव अधिक सखोल व्हावा व यामुळे अधिक सुसंवादी सहकार्यवादी आणि एकोप्याची अशी संघभावना निर्माण होते. आणि हे सर्व प्रकारचं नेतृत्व संघांच्या स्थितीला लागू होतं - म्हणजे अगदी ऑफिस असो, खेळाचं मैदान असो, युद्धभूमी असो वा इतर कुठलाही व्यवसाय- ज्याचा मानव पाठपुरावा करत असतो.

ही आत्मज्ञानाची, आत्मभानाची शिकवण ही फक्त श्रीकृष्णाने भगवद्गीतेतून दिली असं नव्हे तर इतरही अनेक महत्त्वाच्या ग्रंथांमधून अष्टावक्र गीता, अवधूत गीता, राम गीता, पूर्जन गीता, रमण गीता, अनुगीता, उत्तरा गीता, उद्धव गीता आणि इतर ग्रंथांमधूनही अशीच शिकवण आढळते.

भारत आणि इतर पौर्वात्य देश हे व्यावहारिक जीवनासाठीच्या अध्यात्मासाठी समृद्ध ज्ञानानं भरलेल्या संस्कृतीचे देश आहेत. ज्यामधून मानवी प्रयासांसाठीची विशिष्ट दृष्टी मिळते. आता पाश्चिमात्य आणि पौर्वात्य संस्कृतींच्या संवेदनशीलतेमधला फरक हा पौराणिक कथांमधून कळतो. एकीकडे ग्रीक आणि पाश्चिमात्य पुराणांमध्ये साहसी योद्ध्यांच्या विजयाच्या कथा ओतप्रोत भरलेल्या असतात, तर दुसरीकडे पौर्वात्य पुराणांमधे मात्र शूरवीरांच्या कथांमध्येसुद्धा गोष्टींची आध्यात्मिक बाजू अधोरेखित केलेली आढळते. त्यामुळे त्यातला कथानायक (आजकालच्या नेत्यांची पूर्वावृत्ती) हा अतिशय समतोल स्वभावाचा असतो.

त्यामुळे त्याचा किंवा तिचा भौतिक जगातला चाललेला शोध हा त्याच्या (किंवा तिच्या) अहंकारी महत्त्वाकांक्षेपायी चाललेला नसून, मुख्यत्वेकरून आध्यात्मिक उन्नती प्राप्त करून घेण्यासाठी असतो. तसंच पाश्चिमात्य जगामध्ये भौतिकतावादाच्या प्रगतीला भलतंच महत्त्व दिलेलं आढळतं. पण सत्य हेच आहे की, जीवनाला खरा अर्थ देणारं आणि जगण्याला किंमत देणारं हे आपल्यातच कुठेतरी खोलवर तळाशी व्यापून राहिलेलं असतं : तुमच्या क्षमतेची वरची पातळी गाठायची तर तुम्हाला अध्यात्माचं विज्ञान समजणं आत्यंतिक गरजेचं असतं आणि त्यासाठीच एक महत्त्वाचं वैध कारण म्हणजे ते दृष्टिकोनाचा विस्तारही घडवतं आणि

त्यात शिथिलताही आणतं. एखादे भौतिक ध्येय गाठण्यासाठी सततच्या प्रशिक्षणाची गरज नसते, पण एखाद्याला जगाविषयीच्या दृष्टिकोनाच्या व्यापक परिणामांची समज मात्र असावी लागते. दृष्टिकोन व्यापक होणं म्हणजे तो माणूस रिझल्टचा (निकालाची) ध्यास घेतलेला नसतो उलटपक्षी तो स्वतःच्या स्वाभाविक स्थितीमध्ये जाण्याइतका मोकळा आणि आरामशीर असतो, आणि मग केवळ अशाच मूलतः स्वाभाविक स्थितीमध्ये एखाद्याची पूर्ण क्षमता प्रकट होते, म्हणूनच, नेतृत्वासाठीची योग्य वृत्ती म्हणजे पौर्वात्य आणि पाश्चिमात्य विचारांचा समेट घडवत, ते सुसंगत बनवत स्वीकारणे; त्यामधला समतोल हा केवळ बाह्य समृद्धीपुरता नसतो, तर तो अंतस्थ समृद्धीसाठीही असतो आणि जे खरे नेते उत्क्रांत असतात ते हीच समृद्धी प्रकट करण्याचे प्रयत्न करीत असतात - केवळ स्वतःपुरतं नाही तर ते ज्यांचं नेतृत्व करतात त्यांच्यामधूनही! म्हणून मी जेव्हा पौर्वात्य आणि पाश्चिमात्यांविषयी बोलतोय ते इतिहास-संदर्भानं नव्हे तर ते एका वृत्तीविषयी, जीवनाकडे बघण्याच्या विशिष्ट दृष्टिकोनाविषयी. खऱ्या अर्थानं जर का वैश्विक दृष्टिकोन ठेवायचा असेल तर पाश्चिमात्य आणि पौर्वात्य विचारधारांनी एकत्र यायला हवं आणि एकमेकांना जास्तीतजास्त समजून घ्यायला हवं. अशा संयोगामधूनच मग वेगळे भाग पडलेले नाहीसे होतील - आणि हे जे विभाजन आहे ते दुसरं तिसरं कशाचं नसून, भौतिकतावाद आणि अध्यात्मवाद या आयुष्याच्या विरुद्ध बाजूंचा समेट घडविण्याच्या संदर्भात आहे, कारण एखाद्या व्यक्तीच्या जीवनात कल्याणकारी घडण्यासाठी ते आवश्यक आहे.

पाश्चिमात्य धारणा ही ताकदीकडे झुकणारी, शक्तीकडे झुकणारी आहे, तर पौर्वात्य धारणा ही खरी ताकद ही आपल्या आंतून बाहेर येते यावर जोर देते : म्हणजे ते आपल्या आत दडलेल्या, अंतस्थ मौल्यवान खजिन्यासंबंधानं आहे. बाह्य रूपातल्या ताकदीसंदर्भानं नाही. ते आपल्या स्वतःची परिपूर्ती करण्यासंबंधी आहे - आपण नेता ह्या नात्याने जी भूमिका वठवू पाहतो आणि त्यासाठी अंतर्मुख होऊन आपल्या आत डोकावतो त्यासंबंधी आहे (आणि मग त्या अर्थानं ते आध्यात्मिक वृत्ती दर्शवतं.)

आपलं स्वतःमधलं अस्तित्व जे कार्य करत असतं त्यासाठी आपण सजग असण्याची वृत्ती असायला हवी. पौर्वात्यांचा कल हा केवळ शरीर, मन आणि भौतिक गोष्टींपेक्षा माणसामधल्या आत्म्याच्या शोधाकडे

जास्त असतो. परंतु अंतिम विचार केला तर पौर्वात्य आणि पश्चिमात्य विचारसरणींत फरक असू शकत नाही, कारण जे काही विभाजन आहे ते फक्त वृत्तीमधे आहे.

पाश्चिमात्य जगातल्या एखाद्याला पौर्वात्य दृष्टिकोन असू शकतो. जेव्हा आपण अंतर्मुख असण्यासंबंधी विचार करत असतो (आणि या ठिकाणी आपण गतिशील कृतीसंदर्भात तुमच्या अंतर्मुख किंवा भिडस्त वृत्तीमधल्या ताकदीचाही विचार करून समजून घ्यायला हवं.) तसंच, एखादा पौर्वात्य जगतातला माणूस अगदीच बहिर्मुख असणारा असूच शकतो. त्यामुळे असं म्हणता येते की अंतर्मुख आणि बहिर्मुख अशा दोन्ही वृत्तींमधला संगम किंवा समेट ही एखाद्या नेत्याच्या यशस्वी आणि समतोल कृतींसाठीची गुरुकिल्ली ठरू शकते. हे म्हणजे एकाच वेळी सक्रिय आणि निष्क्रिय असणे आहे. हे म्हणजे मनाच्या खोल ताळाशी गाभ्यामधे शिरण्याची क्षमता असणं आणि त्याच वेळी बाह्य अवतारात अत्यंत शक्तिशाली निर्धारानं कृती करणं, निरोगी असणं आणि कल्याणाच्या अवस्थेत असणं आहे. ह्यामध्ये पौर्वात्य, भारतीय आणि हिंदूसंदर्भात अनेक गोष्टी येतात.

ते संपत्तीचा पाठलाग सुचवतं, ते अध्यात्माचा पाठलाग सुचवतं, ते सुखाचा शोध सुचवतं, परंतु ते सर्वांमध्ये असणाऱ्या पारलौकिक तत्त्वाचाही शोध सुचवतं. तशा त्या पारलौकिक स्थितीमध्ये आत्म्याची शांती असते, काळजाचा परमानंद असतो. तशी अवस्था असली की मग एखाद्या व्यक्तीमध्ये एक वेगळाच करिश्मा जन्म घेतो. हे सर्व समजून घेणं अत्यंत महत्त्वाचं आहे कारण पौर्वात्य जगतामध्ये सर्वच गोष्टी या चक्राकार, गोल गतीत फिरतात एका वारंवारतेनं फिरतात असं सांगितलं जातं. त्यामुळे जी गोष्ट काल घडून गेली, तिला आजसुद्धा महत्त्व असतं आणि उद्याही असणार असतं, प्रत्येकच गोष्ट या गोल चक्राकार मार्गाने जात असते. आणि म्हणून पुराणकाळी काय घडलं ते आपल्याला माहीत असणं महत्त्वाचं ठरतं. म्हणजे आपण त्याचा जास्तीतजास्त उपयोग करू शकतो.

पाश्चिमात्य जगतामधे भौतिक दृष्टिकोनाप्रति उदारमतवद हा महत्त्वाचा असतो, तर पौर्वात्य जगतामध्ये धर्म आणि अध्यात्माप्रति उदारमतवाद महत्त्वाचा ठरतो. त्यातही भारतात आणि हिंदुत्वामध्ये! खरं सांगायचं तर हिंदुत्वामध्ये भौतिकतावादासंबंधी चार्वाकाचा सिद्धान्त हा जवळजवळ अध्यात्माचा सिद्धान्न म्हणूनच स्वीकारला गेला आहे! त्यामुळे अध्यात्माचा

दृष्टिकोन आणि भौतिकतेचा दृष्टिकोन यांमध्ये समतोल असायलाच हवा. आणि इथेच खरी गोम किंवा बिकट प्रश्न उभा राहतो. आणि नेमकं हेच एखाद्या नेत्याला समजून घेणं अत्यावश्यक ठरतं; जर का त्या नेत्याला (तो किंवा ती) उदात्त वारसा निर्माण करायचा असेल तर! तुम्ही जर गेल्या दोन-तीनशे वर्षांतल्या नेत्यांकडे बघितलंत तर तुम्हाला आढळेल की या दोन्ही गोष्टींचा योग्य मिलाप करणारे हे इतरांच्या तुलनेत अगदीच ठामपणे आणि निर्विवादपणे ताठ मानेने उभे राहिलेले दिसतात, इतिहासात त्यांची स्वतःची आख्यायिकाच तयार झालेली आढळते आणि त्यांनी नेतृत्वगुण व इतरांवर वर्चस्व गाजवण्यासंदर्भात इतरांना मैलभर मागे टाकलेलं आढळतं.

प्रकरण तिसरे

सहकार्य : संघभावनेसाठी कळीचा मुद्दा

धडा : *तुम्ही स्वतः अतिशय मोकळेपणानं आणि सहकार्य करायला तयार असल्याचं दर्शवून आजूबाजूच्या लोकांमध्ये आनंदी आणि सहभाग घेण्यासाठी सौहार्दपूर्ण असं वातावरण तयार करा. तुमचं जे काही कार्य असेल, त्यात भाग घेण्यासाठी तेसुद्धा तितकेच महत्त्वाचे भागीदार असल्याचं त्यांना जाणवू द्या. इतरांप्रति सहानुभूतीची भावना असण्याचा गुण हा एक सक्षम ऊर्जा आणि कृतज्ञता निर्माण करतो, तसेच त्याहूनही महत्त्वाचं म्हणजे तो तुम्हाला आनंदी, कार्यक्षम आणि कृतकृत्य बनवतो व मग उत्सुक, उत्स्फूर्तपणे ते एका कल्याणकारी भावनेशी प्रतिध्वनित होतं. नेत्याची जाणीव ही त्याच्या संघाच्या जाणिवेवर आणि उत्साहावर सकारात्मक परिणाम करते. ती जाणीवच मग एखाद्या आव्हानात्मक परिस्थितीमधून यशाकडे नेण्याचा मार्ग दाखवते.*

'समुद्रमंथन' ही पुराणातली कथा देव आणि राक्षसांनी अमृताच्या प्राप्तीसाठी समुद्र घुसळवला होता ते सांगते, ही कथा आपल्याला हे शिकवते की आपल्याला एखादं महत्त्वाचं, मोठं कार्य करायचं असतं तेव्हा त्या मोठ्या यशप्राप्तीसाठी, समृद्धीसाठी, फलप्राप्तीसाठी आपल्याला एकत्र येऊन संघभावनेनं काम करायला लागतं, आणि क्वचितप्रसंगी ते काम करत असताना अशा माणसांनाही बरोबर घ्यावं लागतं जे आपल्याला आवडत

नसतात! त्यातून आपण फार मोठे रिझल्ट्स मिळवू शकतो. हे तत्त्व वापरून आपण नेते म्हणून आपली क्षमता तसंच संघ म्हणूनही आपली ताकद ह्यांना योग्य दिशा आणि शक्ती मिळून ते कार्य सिद्ध होतं कारण ह्या एकसंध प्रयत्नांनी, 'एकमेकां साह्य करू' या भावनेने आपल्या एकत्रित प्रयत्नांना मोठंच बळ मिळतं!

आपण इतरांना सहकार्य करताना ते दिलखुलासपणे केलं पाहिजे, त्यात संकोच असता कामा नये, संघ म्हणून एकत्रित काम करत असताना ही गोष्ट अगदीच मूलभूत अशीच! नेतृत्व आणि यशासाठी तोच पाया असतो, आणि सहकार्याची भावना ही हृदयापासून, मनापासून यायला हवी. संघामधल्या सर्वांमध्ये एकमेकांप्रति जिव्हाळ्याची, मैत्रीची ऊब हवी. एकमेकांप्रति वरचढ भावना किंवा राग नको. एकमेकांप्रति असणाऱ्या चांगुलपणाच्या भावनेचं एक सुप्त वलय त्यांच्या भोवती दिसायला हवं. म्हणजे मग एकेका सहभागी व्यक्तीची ऊर्जा ही इतरांबरोबर व्यवस्थित मिसळून उत्तम कार्य पार पडेल.

जेव्हा आपण हृदयापासून, अंतःकरणापासून एखादी गोष्ट करतो, तेव्हा त्यात कमालीची उर्जा मिसळली जाते. त्याच वेळी आपल्यातल्या प्रत्येकाने केलेल्या कामाचं रूपांतर उपयुक्त कार्यात होतं. जेव्हा लोकांमध्ये, एकमेकांमध्ये समकालिक, एकाच वेळी एकवटलेली ऊर्जा असते आणि एक छान अनुबंध तयार होतो, तेव्हाच असं घडत असतं. त्यामागे एक विचार असा येतो की लोकांमध्ये असणारे बंध तुटतात, सीमारेषा पुसल्या जातात – जरी व्यक्तिशः आपल्या श्रद्धा, विश्वास वेगळे का असेनात!

जेव्हा संघभावनेने काम करण्याची आवश्यकता असते, तेव्हा एक चांगला नेता हा संघामध्ये सुसंवादी वातावरण निर्माण करतो, त्यालाच सकारात्मक नेतृत्व म्हणतात. संवेदना आणि सामंजस्य हे सहकार्यामध्ये कसं आणायचं याचं ते गमक आहे. परंतु कधीकधी असंही होतं की बऱ्याच प्रकारच्या संघांमध्ये नेता त्याचा मार्ग आखायला चुकतो. काही नेते हे संघात फूट पाडतात आणि मग ती मित्रत्वाची ऊब नष्ट होते, ते नक्कीच घृणास्पद म्हणता येईल कारण मोठमोठी कार्यं करताना लोकांना त्यांची कामं सहज-सोपी करून देऊन त्यांच्याकडून परिणामकारक काम करून घेणं महत्त्वाचं असतं; याचा अर्थ लोकांमध्ये कुठल्याही प्रकारचा बेबनाव किंवा थोडा जरी संघर्ष निर्माण होण्यासारखं कारण असेल तर ते प्रथम दूर

करायला हवं. लोकांना तुम्ही मर्जीअनुसार वाकवायचं नसतं किंवा अति हुशारीने वागायचं नसतं. एखाद्या विशिष्ट ध्येयासाठी किंवा उद्दिष्टासाठी एक मजबूत संघ तयार करणं महत्त्वाचं असतं. त्यांच्यामध्ये संघभावना एकजूट निर्माण करणं महत्त्वाचं असतं, म्हणजे मग विजयाची खात्रीच मिळते! एखाद्या समस्येला भिडण्याअगोदरच, मग असा संघ त्यांच्यामधल्या उत्स्फूर्त सहकार्याच्या भावनेने तयार होतो. संघामधला प्रत्येक सहकारी आपली सर्व ताकद आणि कौशल्य पणाला लावतो व समोर ठेवलेलं उद्दिष्ट नि ध्येय मिळवण्याचा आटोकाट प्रयत्न करतो.

संघभावना म्हणजे जोमदार, जोषपूर्ण मानसिकता निर्माण करणं आणि ते तेव्हाच साध्य होतं जेव्हा लोक मनापासून, अंतःकरणापासून त्यांच्या संघभावनेविषयी सामंजस्याने पुढाकार घेतात. असं सामंजस्य जेव्हा असतं, तेव्हा जणू अनेक झरे, प्रवाह खळाळत, वाहत एकाच नदीत एकरूप होतात तसं काहीसं होतं. मग ती नदी प्रचंड ताकदीनं वाहते आणि जोमदारपणे जाऊन अखेर ध्येय गाठते म्हणजेच समुद्राला मिळते. त्यासाठी सर्व प्रवाहांनी नदीत एकरूप होणं महत्त्वाचं असतं – तेही एकाच दिशेकडे वाहत येऊन! वेगवेगळ्या प्रकारे जरी कार्य करणारे संघ असले तरी असा एकरूप असणारा एखादा छोटा संघदेखील एखाद्या मोठ्या संघापेक्षा ताकदवान ठरू शकतो. आपण एका फार मोठ्या स्पर्धेच्या युगात राहतोय, पण या जीवघेण्या स्पर्धेच्या वातावरणात संघभावना ही अंतर्गत मोठ्या सहकार्यावर अवलंबून असते, मनोवृत्ती ही कुठल्याही आव्हानाची परिणती ठरवत असते. त्यासाठीच संघांतर्गत असणारी सहकार्याची वृत्ती सर्वांत महत्त्वाची असते, दुसऱ्या कशाहीपेक्षा! आणि अशा वेळी नेत्याचं काम हेच असतं की संघामधल्या प्रत्येक सहकाऱ्याची ऊर्जा जराही वाया घालवू न देता, ती एकत्र आणून आव्हानाला तोंड देणं! तेव्हा मग सर्वांची वैयक्तिक ऊर्जा एकत्र येऊन एक पक्का दृढ निर्धार होऊन, एकसंध ताकद तयार होते.

बहुधा असंही पाहायला मिळतं की वैयक्तिक आवडीनिवडी आणि तिटकाऱ्यामुळे संघाची एकूण ऊर्जा कमी होते, त्यात घट होते. त्यामुळे सर्वांच्या एकत्रित ऊर्जेची जितकी गोळाबेरीज व्हायला हवी तेवढी होत नाही. परंतु जो खराखुरा एकत्र भावनेचा संघ असतो, तिथे मात्र एकेकट्याच्या ऊर्जेपेक्षा अशी एकत्रित संघाची ऊर्जा जबरदस्त परिणामकारक ठरणारी बनते. त्यासाठी एका घट्ट, चिकट गोंदाची आवश्यकता असते, जो असतो सहकार्य

करण्याच्या वृत्तीचा गोंद! आपण संघामधले सगळेच जण एकमेकांवरही अवलंबून आहोत आणि आपल्याला आपल्या व्यक्तिगत पातळीपेक्षाही प्रचंड मोठं असं जे उद्दिष्ट गाठायचंय त्यासाठी आपण एकत्र असणं, एकत्र येणं आणि घट्टपणे एकमेकांना बांधून राहणं महत्त्वाचं आहे. ही सर्वांची एकत्रपणे वृत्ती असायला हवी, आणि नेत्याला हे अतिशय सुस्पष्टपणे, लख्खपणे समजणं, आकळणं महत्त्वाचं असतं जेणेकरून त्याचं नेतृत्व परिणामकारक होऊ शकेल, आणि तसं झाल्यावर पूर्वीच्या परिस्थितीपेक्षा खूपच वेगळी, उजवी आणि उपयुक्त ठरणारी मूल्य असणारी संघभावना निर्माण होऊ शकते. किंबहुना, हीच नेतृत्वाची अंतिम परीक्षा असते की अशी क्षमता असणे आणि तिचा सुयोग्य वापर करता येणे; जेणेकरून लोकांना एकत्र आणून संभावना तयार करून अधिक उपयुक्त, मौल्यवान ताकद तयार करणं अन्यथा त्याच्या किंवा तिच्या योगदानाला अर्थ उरत नाही. प्राचीन भारतामध्ये क्षत्रियांचं किंवा योद्ध्याचं युद्धकौशल्य किंवा युद्धनिपुणता केवळ त्यांच्या वैयक्तिक पराक्रमांवर बेतलेली नव्हती. उलट, त्यांची वीरश्री ही संपूर्णपणे त्यांच्या सैन्यामध्ये ओतली जाऊन, त्याने त्या सैन्याची ऊर्जा आणि ताकद वाढत असे आणि त्यामुळे सैनिकांच्या मनातला वैयक्तिक क्षमतेबाबतचा किंतु नाहीसा होऊन आणि एकमेकांबद्दलची असुरक्षिततेची भावना नष्ट होऊन, सर्व जण एकदिलाने लढत समोरच्या शत्रुसैन्याला भिडायला, पाडाव करायला तयार होत असत. नेतृत्व हे आपल्या बरोबरच्या लोकांमध्ये एकमेकांविषयी प्रचंड विश्वास निर्माण करून एकमेकांबद्दलची चिंता पूर्णपणे मिटवून टाकण्यात असतं, जेणेकरून एकमेकांतले हेवेदावे आणि नकारात्मक भावना नाहीशी केली जाऊन सहकार्याचं उबदार वातावरण आणि सलोखा निर्माण होईल.

याचं उत्तम उदाहरण हे विविध प्रकारच्या खेळांमध्ये, क्रीडास्पर्धांमध्ये बघायला मिळतं. तुम्ही एखाद्या क्रिकेटच्या किंवा फुटबॉलच्या कर्णधाराला पाहू शकता जो आपल्या संघातल्या खेळाडूंमध्ये असणारी नकारात्मक भावना निपटून काढू शकतो.

तात्पर्य किंवा सारांशाने सांगायचं तर जर नेत्याने सहकार्याची भावना पूर्णपणे अंतर्मुख होऊन त्याची जाणीव ठेवली तर त्याचं नेतृत्व मान्य होण्यासारखं ठरतं, त्याला किंमत मिळते. इतिहासामध्ये अनेकानेक नेते होऊन गेले, पण त्यांतल्या फारच निवडक नेत्यांना अशा प्रकारचं सहकार्य मिळवण्याची उच्चतम जाण होती, जाणीव होती. बऱ्याच लोकांना ‘फोडा

आणि झोडा' हेच कळतं. परंतु आध्यात्मिकदृष्ट्या तो सपशेल चुकीचा मार्ग आहे.

आपल्या जीवनात आपण हे समजून घ्यायला हवं की एखाद्या नेत्याची धार्मिक बाजू किंवा अधिष्ठान हे तेव्हाच झळाळून उठतं, दिसतं जेव्हा तो त्याच्याकडून अपेक्षित असणारी (वर विशद केलेली) मूलभूत गरज भागवतो आणि मग महत्त्वाच्या गरजांकडे वळतो, त्यातली पहिली गरज म्हणजे सहकार्य आणि विश्वासाच्या जोरावर निश्चित उद्दिष्ट डोळ्यांसमोर ठेवून त्यानुसार संघाचं लक्ष्य ठेवणे.

तुम्हाला जर नेता म्हणून नेत्रदीपक कामगिरी करायची असेल तर तुम्हाला सहकार्याची जागा तळाशी निर्माण करावी लागेल. आणि अशी जागा ही नेतृत्वासाठी फार महत्त्वाची आणि मोठी गोष्ट असते कारण त्यातूनच एकमेकांप्रति आधार आणि संघाचं पालनपोषण होऊन नेतृत्व आणि संघभावनेचं जोमदार अस्तित्व टिकून राहतं. ते इतक्या पातळीवर होतं की मग वैयक्तिक समृद्धी ही शक्य होते आणि संघाचं यशसुद्धा शक्य होतं. ही वैयक्तिक समृद्धीदेखील महत्त्वाची असतेच कारण त्यामुळेच संघटनेची ताकद भविष्याच्या दृष्टीने निर्माण होते. एखाद्या ठरावीक ध्येयापुरतं किंवा उद्दिष्टापुरतं सहकार्य असणं पुरेसं नसतं, तर हा गुणधर्म संपूर्ण संघटनेमध्ये, परिवारामध्ये झिरपत जाणं हा कळीचा मुद्दा ठरतो. त्यामुळेच मग वैयक्तिक आणि संघ म्हणून ज्या क्षमता असतात, त्या पुरेपूर वापरल्या जाण्याची शक्यता प्रत्यक्षात उतरवली जाते.

प्रकरण चौथे

अनुकूलन आणि लवचिकता

***धडा :** आपल्या जुन्या अपयशाला किंवा वेदनांना धरून बसू नका. येणारा प्रत्येक क्षण हा नवीन संधी घेऊन येत असतो. ती संधी हस्तगत करून त्यानुसार अनुकूलन करत उत्क्रांत होणं महत्त्वाच, ही वृत्तीच सर्वसाधारण आणि महान नेत्यामधला फरक स्पष्ट करते. मोठी आव्हाने आणि कठीण परिस्थितीवर विजय मिळवण्यासाठी हा धडा महत्त्वाचा ठरतो.*

आपल्या भवतालाशी अनुकूलन करू शकणे हे मोठ्या व्यक्तीचं किंवा एखाद्या हुशार नेत्याचे ठळक लक्षण आहे. हिंदुत्वामध्ये अशा परिस्थितीशी जुळवून घेण्याच्या, अनुकूलन करण्यासंबंधी उदाहरण दिलं जातं ते एखादा ताठ मानेनं उभा वृक्ष असण्यापेक्षा वादळात एखादं गवताचं पातं बनून राहण्याचं, वादळामध्ये एरवीचे दणकट वाटणारे वृक्ष सहजच मोडून, उन्मळून पडतात परंतु गवताचं पातं मात्र वादळात वाकतं, पण उन्मळून पडत नाही – ते तग धरून पुन्हा उभं राहतं! कारण ते जिवंत राहण्यासाठी ज्या दिशेला वारा येईल त्या दिशेला पाठ करून झुकतं आणि स्वतःला वाचवतं. अशा प्रकारे ते काही बाबतींत मोठ्या झाडापेक्षा ताकदवान ठरतं.

पण काही वेळा नेत्यांना आपण स्वतः खूप मोठे, उंच आहोत असं भासवण्याची, इतरांना खुजं ठरवत ताठ उभं राहण्याची गरज भासते; जणू ते म्हणजे उंच वृक्ष आणि आसपासचे सर्व जण छोटी झुडपं! त्यामुळेच

कधी वादळामध्ये झाडाप्रमाणेच त्यांनाही तुटून, उन्मळून पडण्याची पाळी येते. म्हणून त्यांनी खरं तर गवताप्रमाणे वर्तन ठेवायला हवं- स्वतःला परिस्थितीशी जुळवून घेत, क्वचित लवचीक बनून आपल्यातल्या कार्यशैलीला बदलायला हवं. अन्यथा ते उंच दिसतील, ताठ उभे राहतील, पण ठिसूळ असतील आणि तुटून पडू शकतील झाडाप्रमाणे! 'अनुकूलन' म्हणजे जिवंतपणाचं लक्षण! उत्क्रांतीची स्थिती म्हणजे स्वत:ला परिस्थितीअनुसार जुळवून घेत बदलणं आणि टिकून राहणं. त्याचा अर्थ आपण प्रवाहाबरोबर जात राहायचं आणि अनिश्चिततेलाही तोंड द्यायचं, आपण आपल्याला अपेक्षित असणारे रिझल्ट्स मिळवण्यासाठी आपली स्थिती बदलायची. काही काही नेत्यांच्या बाबतीत ही समस्या असते की ते त्यांना उपलब्ध असणाऱ्या शक्यता गमावून बसतात. संधी निसटतात. आणि हे घडतं एका मूलभूत चुकीमुळे- ते प्रवाहाबरोबर वाहत जायला, स्वतःत बदल घडवायला तयार नसतात. अनुकूलनाच्या विरुद्ध प्रकार म्हणजे हटवादीपणा! म्हणजे आपल्याच भूमिकेला किंवा कामाला हट्टीपणानं चिकटून राहणं. बदल न स्वीकारता, आणि आजकालच्या इतक्या द्रुतगतीनं बदलणाऱ्या जगात नेमकं हेच असून चालत नाही, तर आपल्या संघाला सोयीसुविधा मिळवून देण्याचं काम नेत्याला करावं लगतं. त्याला संघाची हालचाल, मार्ग ठरवून द्यायचा असतो, पण जर तोच बदलत्या परिस्थितीशी जुळवून घेत किंवा स्वतःमध्ये बदल घडवण्यास उत्सुक नसेल, अनुकूल नसेल तर मग त्याच्या पूर्ण संघाला तो प्रवाहीपण देऊ शकत नाही. आणि मग असा प्रवाहीपण नसलेला संघ आपलं उद्दिष्ट गाठण्यात, अपेक्षित रिझल्ट्स मिळवण्यात अडचणींना सामोरा जातो.

जीवन म्हणजे एक प्रवाहच! एक अविरत उत्क्रांती; आपण नवनवीन परिस्थितीअनुसार आणि आव्हानांनुसार सतत रचना तोडून, नवीन संरचना तयार करत उत्क्रांत होणं गरजेचं असतं. आपल्या रोजच्या जीवनात नवनवीन व्यत्यय सतत येत असतात, आणि या युगात अशा व्यत्ययांना तोंड देताना प्रस्थापित साचे, रचना मोडून नवीन बांधणी करणं महत्त्वाचं ठरतं आणि म्हणून नेत्याला बदलत्या परिस्थितीत अश्या प्रस्थापित रचनांमध्ये न अडकता, कालच्या रचना, स्थिती तोडून नवीन रचना तयार करावी लागते. परंतु त्या रचनादेखील अनुकूल असाव्या लागतात. त्याचा अर्थ मानसिक दौर्बल्य असणं असा होत नाही - उलट, ती उत्स्फूर्ततेची एक अवस्था

असते, जी आपण चुकलो जरी असलो तरी न घाबरता पुढे जाण्यासाठी प्रोत्साहित करते आणि खऱ्या, सच्चा नेत्याचं ते द्योतक म्हणता येईल.

बऱ्याचदा नेतेमंडळी ही विशिष्ट विचारधारेला, विशिष्ट कौशल्यांना किंवा विशिष्ट पद्धतींना चिकटून राहतात, परंतु खरे उत्क्रांत, सुधारणावादी नेते मात्र आपण असे एकाच विचारधारेत अडकून पडणार नाही याची जाण ठेवून असतात; कारण त्यामुळे ते स्वतःचं भविष्य तर धोक्यात आणतीलच शिवाय त्यांच्या ऑर्गनायझेशनलासुद्धा धोका निर्माण करतील. हे सर्वच पातळ्यांबाबत महत्त्वाचं ठरतं. मग कुणी एखाद्या व्यावसायिक युनिटमध्ये काम करत असो किंवा मार्केटिंगमध्ये असो, सेल्समध्ये असो किंवा प्रॉडक्ट डेव्हलपमेंटमध्ये असो किंवा सामान्य जनतेचं जीवन जगत असो. सर्वच पातळ्यांवर काम करणाऱ्यांसाठी हे महत्त्वाचंच की आपण कुठल्याही विशिष्ट विचारसरणीत अडकून न पडता जी काय परिस्थिती समोर येईल त्याला उमदेपणाने तोंड देणे, प्रसंगी त्यानुसार आपल्यात बदल घडवत पुढे जाणे! हीच आहे अनुकूलनाची गुरुकिल्ली!

आणि मग अशा अनुकूलनतेचा फायदा काय होऊ शकतो? तर यामुळे आपल्याला विविध नव्या आणि वेगळ्या कल्पनांना, विचारसरणींना एकत्र आणता येऊ शकतं. तुम्ही नवोन्मेषाला तयार होता. एका नव्या ऊर्जेची निर्मिती करू शकता. नव्या ताज्या विचारांना जन्म देऊ शकता. तुम्ही त्याच त्या जुन्या परंपरागत विचारांना त्यागू शकता. त्यामुळे हे महत्त्वाचं आहे की अनुकूलनशीलतेची सुरुवात ही योग्य वृत्ती अंगी बाळगून आणि स्वतःला योग्य स्थितीत आणून होते; जिथे तुम्ही जुन्याला कवटाळून बसलेले नसता. तुमच्यामध्ये जुने त्यागून नव्याला स्वीकारण्याची क्षमता असते.

हिंदू पुराणांमध्ये यासाठी नदी आणि सरोवराचा दृष्टान्त देतात. सरोवरामध्ये पाणी प्रवाही नसतं. साचलेलं, स्तब्ध असतं. त्यामुळे त्याला नदीसारखं खळाळतं प्रवाहीपण नसतं. नदी ही धावत जाऊन पुढे समुद्राला मिळत असते, म्हणजेच नदीला आपलं एक मोठं उद्दिष्ट साध्य करता येत असतं. त्यामुळे आपणसुद्धा नदीसारखं असायला हवं- आपल्या वागणुकीत, पद्धतीत आणि आपल्या मनो-आध्यात्मिक वृत्तीमध्ये! तरच तुम्ही विविध अंगांचा, विचारांचा मिलाप करू शकाल, तसंच नवनवीन परिस्थिती ज्या समोर येतील त्यांनाही जवळ करू शकाल.

नेत्यांना स्थिर स्थितीतून हालचाल करण्याच्या, प्रवाहीपणाच्या स्थितीत जाण्याची क्षमता हवी. अनुकूलनशीलता म्हणजेच ती हालचाल,

गतिशीलता! आपण स्वत:ला सैल सोडायचं. आपल्या मतांना-विचारांना घट्ट चिकटून नाही राहायचं. जगातल्या मोठमोठ्या समस्यांचं मूळ ह्या ताठरपणात, अहंभावी हट्टीपणात आहे. मग तो धार्मिक ताठरपणा असो, वा व्यवसायामधला, राजकीय विचारधारेतला असो वा एकूणच विचारशैलीतला. ज्या ज्या गोष्टी अशा ताठर, घट्ट असतात त्या अपयशी ठरून पडणं नशिबी असतं. त्यांच्या गुणात ठिसूळपणा ओतप्रोत भरलेला असतो आपल्यामध्ये लवचिकता हवीच कारण लवचिकता आणि अनुकूलनशीलता असली की त्यायोगे आपण परिस्थितीअनुसार आकुंचन किंवा प्रसरण पावू शकतो, लक्षात घ्या - माणसामध्ये 'ताल' हवा. प्रसरण पावण्याची गरज असली तर प्रसरण पावता यावं, आकुंचनाची गरज असली तर आकुंचन पावता यावं. जगातल्या सर्व गोष्टींना एक ताल असतो, लय असते, दिवसानंतर रात्र येते. उन्हाळ्यानंतर वसंत ऋतू येतो. एका परिस्थितीतून सहजपणे दुसऱ्या परिस्थितीत जाता येणं हे शहाणपण! हिंदुत्वामध्ये निसर्गाचं वर्णन असंही केलं गेलंय- निसर्गाच्या स्थितिबदलामधल्या लवचिकतेबद्दल, त्या क्षमतेबद्दल.त्यामुळे एखाद्या नेत्यानेसुद्धा निसर्गाप्रमाणेच अनुकूलनशील आणि बदलास तयार असायला हवं. आपल्यातला ताठरपणा, हट्टीपणा, दुराग्रह सोडा आणि मग बघा बदलत्या परिस्थितीशी जुळवून तुम्ही अनेकानेक भराऱ्या मारू शकाल, आणि मग तुम्ही तुम्ही कल्पना केली होती त्याहीपेक्षा कितीतरी उत्तुंग यशाची शिखरं गाठू शकाल.

नात्यांच्या बाबतीत बोलायचं (आणि हे फार महत्त्वाचंच) तर असं अनुकूलनशील असणं- सर्वच परिस्थितींत आणि मतांच्या बाबतीत फारच महत्त्वाचं! त्यामुळे आपण सभोवतालच्या लोकांबरोबर एका लयीत असू शकतो आणि मग मनो-आध्यात्मिक पातळीवरच्या एकतानतेमुळे आपण त्यांच्या बरोबर एकाच विचाराने आणि कृतींनी जोडले जाऊ शकतो. अनुकूलशीलता, विचारपद्धती आणि लहरींमुळेच आपण लोकांना एकत्र सांधणं जमवू शकतो, त्यामुळे त्यांना बदलायला भाग न पडताही आपण त्यांची ऊर्जा उत्तम प्रकारे वापरू शकतो, एखाद्या नेत्याकडे बदलासाठी आवश्यक ती क्षमता असणं फारच चांगलं कारण त्यायोगे तो त्याच्या संपूर्ण संघामध्ये सकारात्मक बदल घडवू शकतो. थोडक्यात काय, तर एखाद्याने वृत्तीने 'एकरंगी' असण्यापेक्षा 'बहुरंगी' असणं श्रेयस्कर. चांगल्या नेत्यासाठी आवश्यक असणारे कळीचा मुद्दा असणारे गुण बघायचे तर

वागण्यात, हालचालींत अनुकूलशीलता हवी, कृतीमध्ये आणि इच्छेमध्येही अनुकूलनाची तयारी हवी आणि संभाषणामध्येही बदल करण्याची तयारी हवी. प्रत्येक येणारा क्षण नवीन परिस्थिती समोर आणत असतो, आणि मग एक चांगला नेता हा प्रत्येक वेळी त्या त्या परिस्थितीला आधी वागला त्यापेक्षा वेगळ्या प्रकारे तोंड देत असतो (आणि हे सहज यांत्रिकपणे होऊन जाते). पण अशा यांत्रिकतेतून आणि अतिरिक्त, झपाटल्यासारखं/ विचार करण्यातून बाहेर येणं जरुरीचं असतं. एखादी गोष्ट विशिष्ट प्रकारे पूर्वी केली तेव्हा यशस्वी ठरली याचा अर्थ असा होत नाही की प्रत्येक वेळी पहिल्यासारखेच वागायला हवं आणि खरं म्हणजे व्यावसायिक जगताचा विचार करता ते सत्य असतं, ती नवीन सत्यता असते जगाची!

थोडक्यात काय, तर अनुकूलनशीलतेमध्ये खरं सामर्थ्य असतं. विशिष्ट प्रकारचा मोकळेपणा असणं यातच खरं सामर्थ्य असतं. आपली जी एक कायमस्वरूपी धारणा बनलेली असते त्यापासून वेगळं व्हायचं, आणि बदलत जाणाऱ्या / बदल होत जाणाऱ्या परिस्थितीशी योग्य ते नातं ठेवत आपणही बदलायचं आणि लेकांशी नातं ठेवत आपणही बदलवायचं. यामध्ये एक उल्लेखनीय बाब म्हणजे निसर्गाने आपल्याला अनुकूलनशीलतेसाठी प्रचंड मोठी क्षमता दिलेली आहे. खरं म्हणजे, उत्क्रांतिवादाच्या सिद्धान्ताचा पायाच हा आहे की आपण पर्यावरणीय बदलांनुसार बदलत असतो, त्यासाठी अनुकूलनशील असतो. ते आपल्या आत निसर्गदत्तच असतं पण तरीही हे वैशिष्ट्यपूर्ण म्हणता येईल की माणसांपेक्षा प्राणी अधिक अनुकूलनशीलता दाखवतात. आपल्या मनामुळे, स्वभावामुळे आपण मानव हे भवतालाच्या पर्यावरणामध्ये सामावण्यासाठी आवश्यक ते बदल घडवून अंगीकारण्यात कमी तत्पर, कमी उत्स्फूर्त असतो. आपण आपल्या भूतकाळाला धरूनच जगत असतो. आपली जडणघडण होताना जे संस्कार झालेले असतात त्याला धरूनच आपली धारणा, आपली विचारसरणी बनलेली असते; ज्याला आपण धरून असतो पण आपली जी शिकवण असते, त्यापासून मुक्त होत/ आपल्याला, काळानुसार बदलत पुढे जाता येणं हे खरं बुद्धिमत्तेचं लक्षण असतं, मग ती विचारधारा- ती शिकवण कुठल्याही संदर्भात असो - धार्मिक, राजकीय. पण त्यानंतर ती आपल्या कामात, आपल्या वृत्तीत अडथळा बनता कामा नये. आपण आपल्या दृष्टिकोनात अडकून पडायला नको आणि एखाद्या नेत्यानेही त्याच्या परंपरागत दृष्टिकोनात अडकायला नको.

कुठल्याही समोर आलेल्या परिस्थितीला तोंड देत त्यातून हुशारीने मार्ग काढणे ह्यात नेत्याचा करिश्मा दिसतो, त्यालाच सर्जनशील नेता म्हणतात. आपण प्राप्त 'जैसे थे' परिस्थितीत अडकून न पडता परिस्थितीअनुसार स्वतःत बदल घडवत नव्या परिस्थितीत सामावून जाणे ही त्या सर्जनशीलतेची खरी वृत्ती असायला हवी. आणि मग नवीन सत्याचं भान घेऊन नेतृत्व करणं हे खऱ्या नेत्याचं वैशिष्ट्य! भौतिक जीवनाचं स्वभाववैशिष्ट्य म्हणजे त्यामध्ये कधी एक सुसंगती किंवा 'ठहराव' नसतो आणि भारतीय हिंदू पुराणांचं वैशिष्ट्य हे की जीवनाला एक अविरत प्रवाहाची उपमा दिली आहे - एका स्थितीकडून दुसऱ्या स्थितीकडे वाहणारा जीवनांचा प्रवाह, म्हणून त्या अर्थाने मानवी बुद्धी ही आधुनिक विज्ञानाशी सुसंगत अशीच कालसापेक्ष बदल घडणारी.

त्यामुळे एखाद्या नेत्याला केवळ ठरावीक साच्यातली ठरलेली उत्तरं देऊन चालत नाही, तर विचारांपलीकडे जात आपल्या मनाचा, अंत:करणाचाही कौल घेत त्यानुसार प्रतिसाद द्यावा लागतो. म्हणजेच तिथे भावभावनांनाही महत्त्व येतं. आणि त्यायोगे तो इतरांनासुद्धा अनुकूलनशील बनवू शकतो, सध्या एका विषयावर जोरदार चर्चा आणि वादविवाद घडत असतात की सुपर कम्प्यूटर आणि आर्टिफिशिअल इंटेलिजन्स हे पुढे जाऊन मानवाच्या कित्येक महत्त्वाच्या कामांनासुद्धा पर्याय ठरू शकतील का? म्हणून पण शास्त्रज्ञांना एक मात्र अजूनतरी करणं जमलेलं नाही ते म्हणजे माणूस ज्या सहजतेने सभोवतालच्या परिस्थितीचं आकलन करून घेऊन, अनुकूलनशीलतेनं बदल घडवतो, तसं त्या उत्क्रांत कम्प्यूटरला करता येणं. कुठल्याही कृत्रिम बुद्धिमत्तेपेक्षा मानवी बुद्धिमत्ता ही अनुकूलनशीलतेच्या बाबतीत वरचढच आहे.

लहान मुलांकडे बघा. ती कमालीची अनुकूलनशील असतात. त्यांच्या एकूण दृष्टिकोनाकडे पाहिलं, तर लहान मुलं भलतीच साहसी असतात, ती चौकस असतातच आणि नवनवीन गोष्टी माहीत करून घेण्याबाबतीत फारच लवचीक असतात म्हणून आपणां मोठ्या माणसांसाठी हे महत्त्वाचं असतं की आपणही लहान मुलांसारखं चौकस आणि नवीन गोष्टींसाठी कुतूहल असणारे असायला हवं आणि नवीन गोष्टींकडे नव्याने बघण्याची क्षमता अंगी बळगायला हवी. त्यामुळे आपल्या आयुष्याला फार मोठी खोली प्राप्त होईल. एक नेता या नात्यानं, आपण गोष्टींबद्दल तक्रारीचा सूर

लावून बसण्यात अर्थ नसतो कारण ती आपली मानसिक अवस्था, आपलं मानसिक स्थैर्य, एकाच जागी अडकणं असू शकतं. नवनवीन समस्यांना अगदीच ढोबळ, सहज अंदाज करण्यायोग्य प्रतिसाद किंवा उत्तरं देऊन चालत नसतं. म्हणूनच 'अनुकूलनशीलता' हा चांगल्या नेत्याचा महत्त्वाचा पैलू असतो आणि तो नेत्याजवळ हवाच!

आपल्या पुरातन अध्यात्मशास्त्रात किंवा परंपरेत म्हटल गेलं आहे की आपण आपल्या भूतकाळासंदर्भात पूर्णपणे मृत-मेलेलो, सगळं सोडून दिलेलं असलो, तरच आपल्याला नवीन परिस्थितीमध्ये 'जन्म घेता' येतो. मानवाच्या अस्तित्वाच्या शोधामध्ये, मानवाचा पुनर्जन्म हा अगदी केंद्रस्थानचा मुद्दा मानला गेलाय. आलंकारिकदृष्ट्या त्या कल्पनेला 'रिसरेक्शन' म्हटलं गेलंय, म्हणजे 'पुनरुत्थान'. हे खरं म्हणजे ख्रिश्चन धर्मात वापरलं गेलंय परंतु जुन्या वेदांमध्येही अशा प्रकारची कल्पना आहे. हे खरं म्हणजे पुनर्जन्मासाठी वापरलं गेलेलं 'रूपक' आहे. म्हणजे एखाद्या गोष्टीकडे नव्याने बघणं, नवीन परिस्थितीला सामोरे जाणं, नवीन कल्पनांना भिडणं एका गतिमान वृत्तीने.

जेव्हा लेकांना संदर्भासाठी एकच चौकट असते तेव्हा बरेच लोक आपापल्या आरामदायी परिघात असतात अशा वेळी जेव्हा नेतृत्वाचा प्रश्न समोर येतो तेव्हा सर्वसामान्य आणि सर्वोत्तम ह्यांमधला फरक कळून येतो. एखाद्या नेत्याला ठरावीक साच्याच्या फ्रेम्स नको असतात, चौकटीची बंधने नको असतात. उलट एक चांगलं उत्तर हवं असतं. जुन्या चौकटीतल्या प्रश्नांसाठी एखाद्याला चांगल्या प्रकारे अनुकूलनशीलता जमायला हवी म्हणजे त्याला सद्य:स्थितीतलं सत्य आणि भविष्यातल्या आव्हानांना तोंड देता येते. क्वचित असंही होते की, 'सातत्य' असणे ही क्षमता नवीन परिस्थितीसंबंधीची गणितं चुकवते, कारण मानवानेच काही गोष्टींना ठरावीकच मत बहाल केलेलं असतं. आणि हे मानवाच्या कार्यक्षेत्राच्या अनेक भागात दिसून येतं - हाच एक मोठा प्रश्न आहे विशेषत: शास्त्र किंवा विज्ञानाच्या संदर्भात; तसंच मग धर्म, अध्यात्म आणि कलाक्षेत्रातही.

बहुतांशी संस्था या अनुकूलनशील होण्यास उत्सुक नसतात आणि म्हणूनच ती जबाबदारी माणसांवरच असते की त्यांनाच अनुकूलनशीलतेबाबत गतिमान व्हावं लगतं. मग हळूहळू संस्था आणि ऑर्गनायझेशन्ससुद्धा अनुकूलनशील होतात. तुमच्या मतांनुसार, तुमच्या विचारांनुसार एखादी संस्था अनुकूलनशील बनेल याची अपेक्षा करू नका,

उलट तुम्हीच ऑर्गनायझेशननुसार स्वतःला बदला. बऱ्याच लोकांना असं नव्या ऑर्गनायझेशनमधे सहजी जुळवून घेता येत नाही आणि म्हणून ते त्या ठिकाणी नेते बनू शकत नाहीत. पण तुम्हाला जर का तुमच्या क्षमतेच्या योग्यतेअनुसार सर्वोच्च पद हवं असेल तर तुम्हाला तशी अनुकूलनशीलता शिकावीच लगते आणि हे एखाद्या उत्प्रेरकासारखं (कॅटॅलिस्ट) काम करतं ज्यामुळे तुमच्या इतर अनेक क्षमताही वाढतात.

अनुकूलनशीलता बाळगणं ह्यातच शहाणपण असतं. त्याला पाण्याचा मार्ग म्हणता येईल. पाणी ज्याप्रमाणे कोणतंही भांड/पात्र भरतं आणि तो आकार धारण करतं, त्याचप्रमाणे नेत्याचं मनसुद्धा! नेत्याचं मनसुद्धा शहाणपणानं आणि ऐटदारपणं परिस्थितील तोंड देत प्रतिसाद देतं! वाऱ्याप्रमाणे दिशा बदलणं महत्त्वाचं असतं; उत्स्फूर्तपणे हालचाल करावी, जसं छोट्या गवताला, लव्हाळ्याला जोराचा वारा हानी पोहोचवू शकत नाही कारण ते वाऱ्यानुसार हलतं- वाऱ्याविरुद्ध जात नाही, अशा तऱ्हेने अनुकूलतेनं अनुकूलशीलता अंगी असणारा हा अनुभव समृद्ध होतो आणि जुन्या मनातल्या घट्ट कल्पनांना, विचारसरणीला पकडून तिथेच, रुतून बसत नाही, अशाच प्रकारे बुद्धिमान माणसं घडतात, याच प्रकारे मोठमोठ्या नवनवीन गोष्टी बनतात.

सावध मन हे अनुकूलनशील मन असतं कारण ते क्षणामधली सत्यता ओळखतं आणि परिस्थितिसापेक्ष विचार करून संवेदनशीलतेनं कृती करतं. आणि ही मूलभूत व अगदी प्राथमिक ताकद आहे जी नेत्याजवळ असायला हवी. कारण चटकन निर्णय घेऊन प्रतिसाद देणं हे उत्तम नेतृत्वाचं मर्मच! तसं पाहायला गेलं तर व्यावसायिक किंवा राजकीय जगतामध्ये कुठल्याच गोष्टीची ठाम खात्री देता येणं कठीण- उदाहरणार्थ, अनेक गोष्टी असतात ज्या कालबाह्य होतात आणि त्यांची जागा दुसऱ्या गोष्टी घेतात. म्हणून आपणही कालबाह्य ठरून दूर फेकले जाण्याआधी किंवा महत्त्व संपून क्षुल्लक ठरण्याआधी आपण काळाबरोबर सुसंवाद ठेवत स्वत:ला सतत सिद्ध करत राहायला हवं, भविष्यासाठी कायमच तयार-सज्ज असायला हवं - नेत्याची हीच खरी ओळख, कुठल्याही गोष्टीसाठी सज्ज असणं! अर्थात, या गोष्टीसाठी धाडसाचीही आवश्यकता असते कारण आपण चुका करायलाही न घाबरता परिस्थितीशी सामना करायचा असतो. चुकांपासून शिकायला घाबरायचं नसतं. म्हणजेच नवनवीन शिकण्याची आणि प्रगती करण्याची क्षमता असायला हवी.

भविष्यातल्या परिणामांची पर्वा करून घाबरून जायचं नसतं. अनुकूलनशीलतेमुळे आपण खऱ्या अर्थाने शिकतो, घडतो. खरं पाहता, हेच आत्मसात करण्यासाठी एखाद्या नेत्याने स्वतःवर काम करायला हवं. आणि हे फक्त भारतीय आणि हिंदू अध्यात्ममार्गात नव्हे तर जगभरच्या पौर्वात्य अध्यात्ममार्गालादेखील लागू होतं. बऱ्याचदा आपण बघतो की नेतेमंडळींना पटापट निर्णय घेता येत नाहीत. ते निर्णय घेताना गोंधळलेले असतात. आपल्या परंपरागत जुन्या विचारांना आणि कल्पनांना घट्ट चिकटून राहिलेल्यांच्या बाबतीत असं होऊ शकतं. त्या नेत्यांना नवीन परिस्थितीशी जुळवून तर घ्यायचं असतं परंतु जुन्या पद्धती वापरून. त्या जुन्या पद्धती, ती जुनी विचारसरणी पूर्वीच्या परिस्थितीत काम करून गेलेली असते, परंतु आता त्याचा उपयोग होताना दिसत नसते. हेच आयुष्याचं आणि व्यवसायाचं स्वभाववैशिष्ट्य आहे की – 'बदल हाच स्थायी भाव!' म्हणून जोपर्यंत तुम्ही तुमच्या अनुकूलनशीलतेनं बदल घडवत परिस्थितीला तोंड देत नाही तोपर्यंत तुम्ही उघडे पडत जाता आणि मग अनावश्यक आणि बिनमहत्त्वाची व्यक्ती बनता!

एखाद्या नेत्याला तशा परिस्थितीला तोंड देण्यासाठी स्वतःसाठी संरक्षक कवच तयार करावं लागतं ते म्हणजे बदल स्वीकारून; स्वतःत बदल घडवण्याची वृत्ती अंगी बाळगणं ज्यायोगे ते कुठल्याही अनिश्चिततेला तोंड देऊ शकतील. खरी अनुकूलनशीलता म्हणजे बदलासाठीची संवेदना अंगी असणं! ही सर्वांत महत्त्वाची गोम आहे! तुम्ही संवेदनापूर्वक बदलाला सामोरं जायला हवं. हा अगदी मूलभूत नियम म्हणता येईल, कारण त्यामुळेच समोरच्या नव्या परिस्थितीला, सत्याला तोंड देत नेता जोषाने मार्गक्रमण करू शकाल. तुम्हाला हवी तशी परिस्थिती वळवण्यासाठी आणि घडवण्यासाठी तुम्हाला एकच एक पद्धती न वापरता, अनेक वेगवेगळ्या पद्धतींचा एकत्रित प्रयोग करावा लागेल. त्यामुळे तुम्ही समोरच्या, सद्य परिस्थितीला गतिमान पद्धतीने तोंड देऊ शकता.

भारतीय पुराणांमध्ये, विशेषतः सांख्य तत्त्वज्ञानामधे वस्तुस्थितीचं वर्णन हे पुरुष आणि प्रकृती यांच्या परस्पर संबंधामधनं विशद केलेलं आहे. चिनी तत्त्वज्ञानामधे वास्तवाला 'यीन' आणि 'यांग' यांच्या परस्पर क्रियांमधून सांगितलं आहे. दोन्ही प्रकारांत पुरुष आणि स्त्री अशा पैलूंद्वारे वास्तवाचं वर्णन येतं. नेत्याच्या भूमिकेचा विचार करता आपल्याला वास्तवाची सांगड

ही एकाच मितीतून न मांडता अशाच दोन भिन्न ध्रुवांद्वारे मांडावी लगते आणि अशा दोन टोकांच्या गोष्टींविषयी विचार करताना आपल्याला आपलं मन त्याचा साकल्यानं विचार करेल- जणू एकाच नाण्याच्या दोन बाजू याप्रकारे बघावं लागतं. कधीकधी प्रकृती ही जास्त महत्त्वाची असते तर काही वेळा पुरुष जास्त प्रभावी ठरतो. आणि अशा प्रकारे ते होत राहतं - पुनरावृत्तीचं चक्र चालू राहतं. नेतृत्वासंदर्भात बोलताना रूपक वापरायचं तर आपण शिखर आणि दरी किंवा उंचवटा आणि खोलगट भाग अशी कल्पना करू शकतो - म्हणजे कधी तुम्ही उंच उंच चढत शिखरावर असता, जग पादाक्रांत केल्यागत, तर कधी खाली खाली जात जणू दरीत असता. दोन्ही तितकंच महत्त्वाचं. ते आलेखासारखेच! वर आणि खाली तुमच्या नेतृत्वाच्या प्रवासात तुम्ही कायम कुठल्यातरी एकाच ठिकाणी, एकाच स्थानी नाही असू शकत, त्यामुळे नाण्याच्या दोन्ही बाजू बघण्याची क्षमता ठेवा. सर्वसमावेशक दृष्टीने परिस्थितीकडे पाहायला शिका आणि मग तुमचे नेतृत्वाचे सद्गुण आणि तुमचं सदाचार हे जास्त शक्तिशाली बनतील.

प्रकरण पाचवे

स्वभाव आणि संवाद

धडा : *एखाद्याच्या शांत स्वभावातला साधेपणा त्याला त्याची कामं सहजतेनं पार पाडायला मदत करतो, तशा स्वभावामुळे त्याची आतली ऊर्जाही रोखली जात नाही. त्याचं शांत, संयत पण गतिशील मन हे ताकदवान असतं. त्यामुळे तो आपलासा वाटून आवडतो आणि त्याचे अनेकांशी चांगले बंध जुळतात, चांगले नेटवर्क तयार होते जे एखाद्या नेत्यासाठी महत्त्वाचं ठरतं. जगाच्या इतिहासात डोकावून पाहिलं तर थोर माणसं आणि थोर नेते यांच्यामध्ये इतरांच्यात आनंदी स्वभाव निर्माण करण्याची क्षमता असल्यामुळे त्यांना स्वत:मध्ये आणि आपल्या सहकाऱ्यांमध्ये उत्स्फूर्तपणे कल्याणकारी वातावरण निर्माण करणे शक्य झालं होतं.*

महाभारतात बघितले तर कर्ण आणि अर्जुन दोघेही तुल्यबळ योद्धे असल्याचं, दोघांचं शस्त्रकौशल्य आणि ताकदही समान असल्याचं दाखवलंय. पण आपल्या जास्त चांगल्या स्वभावाच्या जोरावर अर्जुनच विजयी ठरतो, त्याला श्रीकृष्णासारख्या महान शक्तीची साथ मिळते. अर्जुन हा विनम्र आणि समतोल मनाचा, तर कर्ण शीघ्रसंतापी आणि अविचारी. आपण हे शिकायला हवं की चांगला स्वभाव असला की उत्तम यश आणि उत्तुंग कामगिरी होते. त्यामुळे माणसाचा सर्वांशी सुसंवाद होतो आणि

परस्परसंबंधही उत्तम राहतात. आपण अविवेकी आणि संतापी असता कामा नये कधीही– बोलताना, लिहिताना वगैरे.

आता, एक नेता म्हणून चांगल्या स्वभावाचं काय गुपित असू शकेल? सर्वांत आधी समजून घ्यायला हवं की तुम्ही उत्तम श्रोता बनायला हवं – दुसऱ्याचं चांगल्या प्रकारे ऐकता यायला हवं, दुसऱ्याच्या कल्पना समजून घेण्याची तयारी हवी, चांगल्या स्वभावाचा गाभा म्हणजे जे समोर उपस्थित असतं त्यासाठी आपण जास्तीतजास्त स्वतःला उपलब्ध करून देणं, स्वतःमधल्या कुठल्याही गोष्टी दाबून न टाकणं. आपण जेव्हा इतर लोकांना आणि काही गोष्टींना दाबून ठेवण्याचा, दडपण्याचा प्रयत्न करतो तेव्हा ज्या मानसिक ऊर्जेनं आपण इतर गोष्टी दाबतो त्याचा परिणाम म्हणून आपल्याकडून रागाने आगळीक घडू शकते. अशा वेळी तुम्हाला तुमची अंतर्गत धारणा आणि तुमची मनोवृत्ती बदलावी लागते.

श्रीकृष्णाने भगवद्गीतेची शिकवण देण्यासाठी अर्जुनाचीच निवड का केली? तर अर्जुन हा मोकळ्या वृत्तीचा होता, नवीन काहीही शिकण्याचा प्रचंड उत्साह असणारा होता आणि ह्या गुणांमुळे तो कुरुक्षेत्रावर एकदम सर्वांपेक्षा वेगळा ठरणारा होता आणि अर्थातच श्रीकृष्णाचा मित्र तर होताच, पण तो आपल्या कामात पूर्ण मग्न असणारा आणि अनुकंपा असणारा होता.

जुन्या ग्रंथांमधे लिहिलेलं आढळतं की खरा विजय हा इतरांवर नव्हे, तर स्वतःवर मिळवलेला तोच असतो जो स्वतःवर–'स्व'वर विजय मिळवतो. तोच खरा योद्धा ज्याने जाणिवेवर, जागृत मनावर विजय मिळवलेला असतो आणि त्याचा फायदा इतरांशी उत्तम प्रकारे सुसंवाद होण्यात होतो. त्याला तुमच्या स्वतःच्या 'मूळ' चेहऱ्याकडे बघणे म्हणतात. म्हणजे तुम्ही मुळात कसे दिसता ते पाहणे. तुम्ही स्वतःमध्येच इतके केंद्रित झालेले असता की त्यामुळे तुमचा स्वभाव सहजगत्या कामामध्ये गढलेला असतो. त्यामुळे तो सहजी अशा कुठल्याही परिस्थितीत सापडला जात नाही जिथे त्याचं शोषण होऊ शकेल.

कर्णाच्या स्वभावाची समस्या अशी होती की तो अगदी सहजासहजी संतापत असे आणि त्यामुळे त्याची ताकद खच्ची होई. आणि त्यातूनच त्याचं ते मरण ओढवलं. त्यामुळे ज्याचा स्वभाव चांगला तो ताकदवान बनतो, आणि ज्याचा स्वभाव वाईट (किंवा रागीट) तो त्याला दुर्बळ बनवतो. ही कुठल्याही नेत्याने आत्मसत करावी अशाच चांगली गोष्ट! त्यामुळेच तुमचं उत्तुंग यशाची कमान चढणं किंवा त्याउलट दणकन जमिनीवर आपटणं ठरतं.

तुम्ही हे पाहिलं असेल की ज्या नेत्यांची इतरांशी व्यवस्थित वेव्हलेंग्थ जुळते, मन जुळतात ते उत्तम स्वभावाचे असतात. ते इतरांच्या बरोबर सहानुभूती, सहवेदना दर्शवू शकतात. इतरांशी सहवेदना दर्शवणे हे तर एखाद्या चांगल्या नेत्याचं महत्त्वाचं काम आहे. त्यांना इतरांना जे काही सांगायचं असतं ते त्यांना दृढ निष्ठेने आणि जोरकसपणे सांगता यावं यासाठी त्यांना मोकळेपणानं, सहज संवाद साधण्याचा स्वभाव उपयोगी पडतो. पण तेच ज्यांचा स्वभाव तितका मोकळा आणि सहज नसतो, असे नेते फक्त स्वतःच्या ताकदीवर विश्वास ठेवून असतात, त्यांना इतरांच्या ताकदीशी देणंघेणं नसतं आणि त्या स्वभावामुळे त्यांची घसरण सुरू होते; त्यांना असंच वाटायला सुरुवात होते की तेच जगात सर्वांत ताकदवान आहेत म्हणून! त्यांना हे समजत नाही की त्यांना मिळालेली ताकद ही फक्त त्यांच्या कामामुळे मिळालेली नसून काही लाभदायक परिस्थितीचा फायदा झाल्यामुळे मिळालेली आहे. ज्या क्षणी त्यांचा अहंकार 'तोच शक्तिमान' आहे असं सिद्ध करू पाहतो, त्या क्षणी ते वाईट स्वभावधर्माचे शिकार होतात, आणि हा तर खूपच सोपा रस्ता आहे वाईट स्वभावमार्गाकडे जायचा. अहंकाराची सहज अभिव्यक्ती म्हणजे क्रोध. म्हणजे नीट बघितलं तर समस्या ही फक्त क्रोधाची नाही, तसंच ती वाईट स्वभावधर्माचीही नाही, तर त्याचा संबंध तुमच्या मूळ पिंडाशी आहे, त्या मुळावरच काम करायला हवं. इतरांशी वागताना विशेष जोरकसपणे संमतिदर्शक प्रतिक्रिया द्या, त्यातही उत्स्फूर्तपणा आणि ताजेपणा हवा. तुम्ही कायमच तुमच्या अहंकाराच्या शोधात राहा, ती श्रेष्ठत्वाची भावना शोधा. आपल्याला हे समजायला हवं की क्रोध हे त्यावरचं उत्तर तर नव्हेच – आणि अहंकार हाही फारच वाईट पर्याय आहे. आपल्या 'स्व'ची सत्यता जाणण्यासाठी, 'अहंकारापासून मुक्ती' ही फारच भारी, आनंदाची आणि मानसिक उन्नयनाची स्थिती जी तुम्हाला मुक्त करते, स्वतंत्र करते आणि तसं स्वातंत्र्य, ती मुक्ती मिळत असताना इतकी ऊर्जा मिळते जी तुम्ही तोपर्यंतच्या आयुष्यात केलेल्या कामांपेक्षा कित्येक पट जास्त काम करण्यासाठी उपयोगी पडू शकते. तुम्ही तशा स्वभावावस्थेत असणं म्हणजे तुम्ही स्वतःमधलं 'स्व'त्व विशेष जाणणं. मग तुम्ही तो दिव्य प्रकाश अनुभवता, जो एक दिव्य आनंद आणि हे सर्व भरून टाकणारी ती जाणीव, ती जागृतावस्था. परंतु हे सर्व क्रोधाच्या स्थितीत मात्र नाही अनुभवता येत. त्या स्थितीत आपण 'स्व'त्वं विसरतो, हसणं विसरतो,

आनंदाची समज विसरतो. जुन्या हिंदूंच्या लेखांमध्ये आढळतं की ईश्वर स्वतः काही फार रागीट वगैरेही नाही. कारण तो जर का गंभीर, रागीट असता तर त्याने इतकं अप्रतिम सुंदर जग कसं बरं निर्माण केलं असतं? हे इतकं मनोवेधस विश्व आहे, सुंदरतेनं भरलेलं आणि मनोरंजक, चमत्कारी गोष्टींनी भरलेलं!

अविचारी स्वभावाबरोबर सर्जनशीलता अस्तित्वात असू शकत नाही. हे खरं आहे की बरेच थोर कलाकार आणि संशोधक हे खूप रागीट स्वभावाचे होते. पण त्यातल्या बऱ्याच जणांनी त्या रागीटपणाचा वापर त्यांची कामे करून घेण्यासाठी केला- आणि ते जसे होते त्याचे प्रतिबिंब नव्हते. आपण त्यांच्यामध्ये एक सर्जनाचा प्रवाह आणि आनंद पाहू शकतो, म्हणजे आपण क्रोधाला कामाच्या वेळी एक हत्यार म्हणून वापरू शकतो पण त्याचा अर्थ असा नाही की तो आपल्यावर प्रभावी होऊन आपण आपली अंतर्गत शांती आणि डौल घालवू शकेल आणि आपल्यामधली सर्जनशक्ती घालवू शकेल ज्यामधून करिश्मा असणाऱ्या नेत्याभोवती एक तेजोवलय तयार होतं!

प्रकरण सहावे

नेतृत्वशैलीचे अस्तित्व

***धडा :** ब्रह्मांडाच्या त्या सर्जनशील तत्त्वाचे आणि दैवी घट्ट विणेचे आपण एक भाग आहोत. तो दैवी परमानंद आपल्यात प्रतिबिंबित झालेला आहे आणि आपण त्याचेच मूर्त स्वरूप आहोत, आनंद स्वरूप.*

त्या दैवी वैश्विक सारणीचा एक छोटा भाग म्हणून आपण स्वत:कडे पाहतो तेव्हा आपल्या अंतस्थ ऊर्जा आणि ते करिश्माई अस्तित्व प्रकट होतं. आपल्यामधल्या अंगभूत क्षमतांचा सर्व प्रकारच्या प्रयासांमध्ये ते झळाळून उठायला मदत करतं, त्यात नेतृत्वाची भूमिकासुद्धा आलीच!

हिंदुत्वाच्या जबरदस्त शिकवणीत एक महत्त्वाची शिकवण म्हणजे आपल्यातल्या प्रत्येकामध्ये ईश्वरी अंश असतो. आपलं आयुष्य आणि आपल्या कामामधून त्या ईश्वरी अंशाला प्रकट करण्याची संधी आपल्याला मिळत असते, पण एक महत्त्वाची बाब म्हणजे आपल्याला हे जाणून घेणं आवश्यक असतं की आपलं नेमकं कामाचं स्वरूप काय असावं, आपण उगाचच लोकांना आणि जगाला काहीएक दाखवून देण्यासाठी, आपला मुद्दा पटवून देण्यासाठी कुठलंतरी काम रेटण्याचा अट्टाहास नसावा. आपल्या मनाचा कौल, हृदयाची हाक ऐकावी. तोच खरा मार्ग ज्यामुळे केवळ आपण आपल्या हाती घेतलेल्या कार्यात आणि नेता म्हणूनच आपली प्रगती होईल असं नाही, तर आपली एकाच वेळी आध्यात्मिक प्रगतीदेखील होईल.

तुम्हाला तुमच्या आतला आवाज काय सांगतो? अंतर्मन काय सल्ला देते? याविषयी ते असतं. तुम्ही तुमच्या अंतर्मनानुसार उत्स्फूर्तपणे कसं वागता, की ज्यामुळे आपोआपच तुमच्या आतल्या ईश्वरीय अंगाला प्रकट करण होतं!

आपल्या मेंदूला दोन बाजू असतात - डावी आणि उजवी. दोन अर्धगोल, कल्पना अशी की आपण जे वागतो ते दोन्ही बाजूंच्या निर्णयानुसार-तर्कशुद्धपणा डाव्या मेंदूचा आणि अंतर्मनाचा कौल उजव्या मेंदूकडून घेऊन - आपल्या शरीरांतर्गत आपण याआधी बघितल्यानुसार असणारी, पुरुषी आणि स्त्री दोन्ही प्रकारची तत्त्वं (भारतीय कल्पना- पुरुष आणि प्रकृती, चायनीज - यिन आणि यँग) आपल्या गूढवादानुसार शरीरात असतात त्यांचा एकत्रित वापर करून! ही दोन्ही स्वभाववैशिष्ट्यं प्रत्येकाच्या शरीरात असतात. आपण जे जे काम करतो त्यामागे या दोन्ही तत्त्वांचा संगम होत असतो, जे आध्यात्मिक आणि भौतिक वाढीमधूनही दिसत असते, यामागेही कल्पना अशी असते की आपण आपल्या कामात केवळ अगदी सरळमार्गी आणि तर्कशुद्धच असतो असं नाही, तर आपण त्यात जास्तीतजास्त निर्मितीमूल्ये आपल्या सर्जनशीलतेनं आणू शकतो.

दैवी चैतन्याचे आपल्यामधलं प्रतिबिंब म्हणजे आपली सर्जनशीलता. त्यामुळे ही सर्जनशीलता आपल्याला त्या त्या दैवी अस्तित्वाजवळ नेत असते - आणि मग सर्वच गोष्टी, लोक आणि परिस्थिती - आपल्याला सकारात्मक प्रतिसाद देतात जेव्हा आपण आपल्यामधल्या त्या मूळ नैसर्गिक चेतनाशक्तीजवळ जात असतो, आणि ते आपल्या कामामधून आणि नेतृत्वाच्या भूमिकेतूनच केवळ दिसतं असं नाही; तर आपल्या आत काही विलक्षण खोल आणि उच्च श्रेणीच्या अस्तित्वाचं काम सुरू असतं ह्यावर विश्वास, श्रद्धा ठेवण्याची क्षमता असू द्यावी, आणि मग आपण आपल्या कृतींमधून त्या सर्व दडलेल्या गोष्टींना प्रकट करायचं असतं; हे ध्यानात असू द्या.

आपण एका उच्च स्थानकडून इथे पाठवले गेले आहोत. आणि पुन्हा तिथेच फिरून परत जाणार आहोत. आध्यात्मिक मार्ग सांगतो की आपल्या शरीरात केंद्रस्थानी असणाऱ्या त्या दिव्य स्रोताला आपल्या सर्वांगातून, आपल्या कृतींमधून प्रकट करायचं! ती आपल्या जीवनातली सर्वांत महत्त्वाची आणि अर्थपूर्ण गोष्ट असेल; पण ते आपल्या शरीरातल्या आंतरिक, सुप्त,

लपलेल्या खजिन्याविषयी, आपल्या सामर्थ्याविषयीसुद्धा आहेच. आपल्या सर्वांकडेच आपल्या शरीरात दडलेली ती शक्ती शोधण्याची क्षमता असते; परंतु आपल्यातले बहुतेक जण आपल्याला भेडसवणाऱ्या चिंता, काळजीमुळे ते करू शकत नाहीत. आपल्याला, जे ऋषी-मुनी सांगून गेलेत ते आपण देहापलीकडेसुद्धा आहोत हे ज्ञान समजून घ्यायला हवं.

आपण असे द्रष्टे आहोत की आपण अशा प्रकारे कार्य करू शकतो जेणेकरून आपल्या स्वतःला ती परमेश्वरी अंशाची जाणीव होईल; पण त्याचबरोबर आपल्या संपर्कात येणाऱ्या सर्वांनाच ते स्पर्शज्ञान होऊ शकेल हा केवळ आपल्या असण्याचा, आपल्या अस्तित्वाचा गुण आहे ज्याची जाणीव होण्याची सुरुवात म्हणजे तो अंश आपल्याइतकाच आपल्या आजूबाजूच्या प्रत्येकातच आहे.

आणि हे सर्वकालिक नेत्यांचे मुख्य गुपित आहे. याचं उत्तम उदाहरण म्हणजे श्रीकृष्ण! जरी बहुसंख्य माणसांना त्याचं खरं सत्य स्वरूप कधीही कळू शकलं नाही तरी त्याच्या निव्वळ अस्तित्वाने जी महान शक्तीची जाणीव व्हायची, त्याने ते सारे भारून जात असत. थोडक्यात काय, तर आपल्या निव्वळ अस्तित्वाने बरंच काही साध्य होते - परंतु त्याची सुरुवात होते जी मात्र आपल्या अंतरात्म्याकडे डोकावण्यातून आणि त्याला समजून घेण्यातून! हा ज्याच्या त्याच्या वृत्तीचा प्रश्न आहे आणि तो त्याच्या भोवतालात झिरपतो.

प्रकरण सातवे

आत्मविश्वास, आत्मसाक्षात्कार व गोष्टी आत्मसात करून अंतरंगात सामावणे

धडा : *एखादी गोष्ट अंतरंगात सामावून घेणं ह्यामुळे अंतर्गत सुसंवाद निर्माण होतो, त्यामुळे तुम्ही स्वतःविषयी असणाऱ्या सीमित कल्पनांच्या पलीकडे जाता आणि मग ती गूढ दृष्टी तुम्हाला सांगते की तुम्ही कुठल्याही सीमेमध्ये अडकण्यापलीकडचे आहात. तुम्हाला बंधने नाहीत. आणि ही भावना तुम्हाला प्रचंड आत्मविश्वास, आत्मसाक्षात्काराचं बळ देते आणि तुम्हाला एक नेता म्हणून तुमच्यामधल्या उच्च क्षमतांची जाणीव होते.*

महाभारतामधे एक प्रसंग आहे- जेव्हा युद्ध सुरू होण्यापूर्वी युधिष्ठिर अर्जुनाजवळ येतो आणि 'आपण हे युद्ध जिंकू शकत नाही', अशी निराशा व्यक्त करतो. तो अर्जुनाला सांगतो की, समोर असणाऱ्या कौरवांच्या विराट, विशाल सेनेला हरवणं अशक्यच आणि त्यामुळे पराभवही अटळच. अर्जुन त्यावर त्याला म्हणतो की, आत्मविश्वास जेथे, जय तेथे! आत्मविश्वास माणसाला मूळापासून मजबूत बनवतो, ताकद देतो.

आधुनिक जगतातल्या 'न्यूरोसायन्स' (मेंदूचे शास्त्र) च्या अभ्यासातून स्पष्ट झालंय की जेव्हा आपलं मन आशावादी असतं तेव्हा डोपामाइन आणि अनांडामाईड अशा दोन न्यूरोकेमिकल्सची (मेंदूतली रसायनं) निर्मिती होते, तेव्हा मन हे आत्मविश्वासाने भरलेले असते, यशाचा हा अगदी मूलभूत

घटक आहे. आपण आपल्या मनाच्या नैसर्गिक अवस्थेत असावं, असं भगवान श्रीकृष्ण सांगत असतो– तसंच उपनिषदांमधल्या श्वेतकेतूसारख्यांच्या कथासुद्धा!

माणसांची अगदी मूलभूत समस्या हीच आहे की आपण आशा आणि आत्मविश्वास चटकन गमावतो.

एका क्षणी आपण त्याने पुरेपूर भरलेले असतो आणि पुढच्या क्षणी ते सगळं गमावतो. जे असामान्य नेते असतात त्यांच्यामध्ये आत्मविश्वास कायमस्वरूपी असतो, तो कधी ढळत नाही. तेच त्यांचं इतरांपेक्षा वेगळेपण ठरतं. असं एक विलक्षण मनोरंजक तत्त्व आहे की सर्वसाधारणत: लहान मुलांमध्ये मोठ्या माणसांपेक्षा आशा आणि आत्मविश्वास जास्त असतो, याचं कारण त्यांना अजून आयुष्यानं दमवलेलं नसतं, आयुष्यामधल्या नैराश्यानं त्यांचं खच्चीकरण झालेलं नसतं. अशाच प्रकारे सामान्यतः लोक संध्याकाळच्या तुलनेत सकाळच्या वेळी जास्त उत्साही असतात – याचं साधं कारण म्हणजे दिवसभराच्या आयुष्यातल्या दगदगीने, आपण संध्याकाळ होईपर्यंत आपल्यावर ताण आलेला असतो; परंतु आपण नेत्याच्या भूमिकेत असताना आपल्याला अशा प्रकारच्या विश्वास आणि अविश्वासाच्या बदलाच्या स्थितीमधून बाहेर असावं लागतं. नेत्याच्या भूमिकेत आपल्याला इतर कोणत्याही भूमिकेपेक्षा कायम आशावाद जपायला लागतो. हे असं असणं आणि आत्मविश्वास असणं प्रचंड महत्त्वाचं! सर्वप्रथम म्हणजे तुम्हाला जगाविषयी काहीएक अढी आहे किंवा तक्रार आहे अशी भावना तुमच्या मनात असता कामा नये; लोक स्वतःच्या समस्यांबद्दल जगाला दोष देत बसतात आणि त्यामुळे आत्मविश्वास आणि आशा गमावून बसतात. अशा वृत्तीमुळे ते स्वत:मध्ये प्रचंड नैराश्य निर्माण करतात. त्यांना वाटत राहतं की, त्यांच्या दुःखाला जगातल्या सर्व गोष्टी आणि सर्व माणसं जबाबदार आहेत आणि मग त्यातून त्यांची मनोवृत्तीही 'पराभूत' बनते.

आणि आत्मविश्वास असण्यासाठी आणखी एक गोष्ट आपल्या जवळ असायला हवी, ती म्हणजे इतरांविषयी आपल्या मनात सद्भावना हवी. तरच मग तुमच्या मनात जगातल्या सर्वांविषयी विश्वास आणि सहानुभूती असू शकेल. स्वतःवर विश्वास ठेवा, कधीही आशा सोडू नका आणि जगावरही विश्वास असू द्या. ते तर तुम्ही कधीही विसरता कामाच नये.

तिसरी महत्त्वाची गोष्ट म्हणजे आयुष्यातल्या प्रत्येक क्षणात तुम्ही प्रयत्नपूर्वक आनंद अनुभवायला हवा. तुम्ही जर तक्रारीचा सूर सोडला तर आयुष्य आनंदानं भरून जाईल. तुम्ही कायम आशावादी राहा, ढगाला असणारी रुपेरी किनार कशी बघायची तेच बऱ्याच मंडळींना ठाऊक नसतं. परंतु एक चांगला नेता ते जाणतो; कारण प्रत्येक परिस्थितीत आनंद मिळू शकण्याची शक्यता शोधण्याची त्याची क्षमता असते, आशा कायम ठेवण्याची क्षमता असते आणि ती काही आंधळी आशा किंवा आंधळा विश्वास नसतो, पण त्याच्या जगाविषयीच्या भानामुळे ते लोकांसमोर येतंच! जग हे कायम शक्यतांनी भरलेलं असतं. त्यामुळे ज्या माणसांना तशा शक्यता दिसत असतात त्यांच्या जवळ नैसर्गिकच आत्मविश्वास भरलेला असतो.

खरा आत्मविश्वास हा अहंकारातून नव्हे, तर जीवनाविषयच्या आदरामधून जन्म घेत असतो; जीवनमूल्यांविषयी आदर आणि स्वतः विषयी आदर यांमधून खरा आत्मविश्वास जन्म घेत असतो. आपण आपल्यामध्ये आत्मविश्वास रुजवणं म्हणजे स्वतःच्या अस्तित्वाविषयी कृतज्ञ असणं, आपल्याला जे आयुष्य जगायला मिळतंय आणि आयुष्याच्या कुठल्याही टप्प्यावर जे नेतृत्व करायला मिळतंय त्याविषयी कृतज्ञ असणं. या सर्व प्रकारच्या कारणांमुळे आपण आत्मविश्वास निर्माण करू शकतो आणि त्यामुळे आपल्या संपूर्ण मनोभूमिकेत कायमस्वरूपी गतिशिलिता येते; आपण एखाद्या समस्येत गुरफटून जाण्याऐवजी त्या समस्येतून बाहेर पडण्याचा मार्ग शोधू शकतो आणि त्यामुळे आपल्या मानसिकतेत जणू क्रांतीच घडते, आणि एखाद्या उत्तम नेत्याचं ते उत्कृष्टतेचं लक्षण म्हणता येईल.

कुठल्याही गोष्टीची वाईट बाजू शोधणं, बघणं फार सोपं असतं. पण उत्तम नेता जो असतो तो गोष्टीमधली चांगली बाजू बघतो- वरचढ बाजूबरोबरच त्यामध्ये लपलेली कलात्मक बाजू आणि आंतरिक सौंदर्य शोधतो. गोष्टी आणि घटना दोन्हींमध्ये! हे असं आंतरिक सौंदर्य शोधण्याची क्षमता महणजेच अबोध मनाने, जाणिवेपलीकडच्या मनाने गोष्टींचं सौंदर्य शोधू शकण्याचं ज्ञान, वास्तव जसं आहे तसं तंतोतंत मांडता येणं- त्यामधल्या नकारात्मक बाबी न शोधता - त्यातलं वैभव आणि अद्भुत शोधणं हे नेत्याचं काम! आणि अर्थातच एखाद्याने अवास्तव, अविचारी आशावाद बाळगता कामा नये, जेणेकरून आपल्या आकांक्षा आणि स्वप्नानुसार हवी

तशी परिस्थिती मिळू शकली नाही तरी मग टोकाचं नैराश्य येत नाही किंवा हृदयभंग होत नाही. अतिरिक्त आशा धरून ठेवण्याची विरुद्ध दुसरी बाजू म्हणजे आपल्या योजनेअनुसार गोष्टी घडल्या नाहीत तर त्या आशांचा चक्काचूर होणे! म्हणून चांगला नेता नेहमीच समतोल विचारांचा असतो. अपयश आलंच तर ते पचवून पुढे जाण्याची त्याची तयारी असते, खऱ्या योद्ध्याची ती आध्यात्मिक वृत्ती म्हणता येईल. प्राचीन भारतात, खऱ्या योद्ध्याकडे बघण्याचा दृष्टिकोन असाच असे की, खरा योद्धा हा गौरवशाली मरण कवटाळायला तयार असे. कारण खरा योद्धा हा योद्धेपणाला, झुंझार वृत्तीला महत्त्व देत असे, लढाईच्या परिणामात त्याला रस नसे आणि त्याच्या आध्यात्मिक जयामध्ये त्याचा मोठा वाटा असे. आणि त्यामध्येच त्याचा आध्यात्मिकदृष्ट्या अंतिम विजय लपलेला असे. युद्धभूमीवर उभे असताना अर्जुन धर्मराजाला हेच समजावण्याचा प्रयत्न करतो. तो युधिष्ठिराला सांगतो की, प्रत्येक रात्रीनंतर उषःकाल होतोच. म्हणून तर एक लढाऊ योद्धा तशा प्रत्येक नव्या पहाटेसाठी स्वतःला तयार करत असतो. त्याला रात्रीची तमा नसते. ही खरी आध्यात्मिक मनोवृत्ती, जीवनाकडे बघण्याचा हा एक गूढ मार्गच! तो आपल्याला वेळोवेळी प्रत्येक पातळीवर ताकद देत असतो.

आत्मविश्वासाने भरलेला माणूस जगासाठी आपल्या हृदयात उदात्त प्रार्थना ठेवत आणि आपल्या नजरेत उच्च भाव ठेवून जगाकडे पाहत असतो, तो मनात आशा जागवत ईश्वरीय शक्तीने जे जे समोर आणलंय त्याला भेटत असतो, रोज समोर येणाऱ्या परिस्थितीला तो यशाची संधी म्हणून स्वीकारत असतो. त्यांच्या मनात अपयशाच्या शक्यतेचा विचारही नसतो.

सरतेशेवटी– गोष्टींची सर्वसमावेशकता जाणून, समजून घेणं हे महत्त्वाचं आणि गोष्टीची सर्वसमावेशकता किंवा संपूर्णता म्हणजे एखाद्याने गोष्टीकडे पाहताना एकांगी विचार करून चालणार नसतं. किंबहुना, समोरच्या दुसऱ्या बाजूने जे काही सामोरं येईल त्याला तोंडे देणे. म्हणजेच सामान्यांमधला योद्धा असणे. शत्रू कसाही असो, शस्त्र कुठलेही असो, शेवट कसाही होवो, पण आपण त्यासाठी मनाने आणि आध्यात्मिकदृष्ट्या तयार असायला हवं. आत्मविश्वासाच्या मुळाशी ती भावना असावी. भौतिक परिस्थितीला भिडतानासुद्धा हे मुळाशी असावं.

भौतिक परिस्थितीला हाताळणं हे अंतर्गत वृत्तीचंच आविष्करण असतं. आपली अंतर्गत वृत्ती आपल्याला आतून, मुळापासून तयार करत

असते. आपल्याकडे भरपूर आत्मविश्वास असला की मग आपल्याला इतरांचे सल्ले ऐकण्याची गरजच भासत नसते; कारण मग आपण उगाचच त्या काळोखाकडे, त्या गडद झाकोळलेल्या गोष्टींवर रेंगाळण्यापेक्षा त्यातली जी उजेडात लखलखणारी बाजू असते तीच शक्यतो बघत असतो. आपण काळोखाकडे, अंधाराकडे बघत बसू तर आपणच आपलं खच्चीकरण करू आणि इतकंच नाही- तर ज्या चमूचं आपण नेतृत्व करतो त्यांनाही खालती खेचू आणि तसं होणं म्हणजे आपण पराभवाकडे आणि निराशेकडे जाऊ याची खात्रीच!

अध्यात्ममार्ग म्हणजेच आत्मविश्वासाचा मार्ग! आश्चर्याची बाब म्हणजे अब्राहमशी नातं सांगणारे सर्व धर्मसुद्धा याच बाबतीत चर्चा करतात. उदाहरणार्थ- जे जीझसची बरं होण्यासाठी मदत मागायला येतात त्यांना जीझस नेहमी विचारतो की, तुमची धर्मावर श्रद्धा आहे का म्हणून! हे म्हणजे तो जणू त्यांना विचारत असतो की, तुमचा स्वतःवर विश्वास आहे का? स्वतःवर श्रद्धा आहे का -म्हणून! आणि मग जीझस त्यांना सांगतो की, त्यांना बरं करणारा 'मी' नसून, तुम्ही स्वतःच आहात - तुमचीच श्रद्धा आहे! थोडक्यात, तो त्यांना हेच सांगतो की ईश्वरावर श्रद्धा असणे म्हणजे मुळात स्वतःवर श्रद्धा असणे, स्वतःवर विश्वास असणे आणि त्यामुळे मग आपल्या आयुष्यातल्या सर्व प्रसंगांतून आपण वाचून आपलं भलं होऊ शकते.

आपण जर आशावादी नजरेने आणि स्वतःवर पूर्ण विश्वास ठेवत जीवनाकडे पाहिलं, तर आपली कधीही निराशा होत नाही. कारण मग त्या वेळी आपण कायमच सकारात्मकतेनं काही चांगलंच पाहत असतो, मग समोर भले काही नकारात्मक छटा असणारे का असेना! आणि एखाद्या चांगल्या नेत्याकडे नेमकी हीच तर क्षमता असते. त्यामुळे तो इतरांना कुठल्याही गोष्टींमधली सकारात्मक बाजू दाखवून देत असतो. आणि मग अशी सकारात्मकता दाखवण्याची जी कला आहे तिलाच नेत्याची दृष्टी, नजर म्हणता येईल. कारण त्यायोगे तो प्रत्येकाला सामाईक उद्दिष्टाकडे घेऊन जाऊ शकतो.

कुठलीही वाईट परिस्थिती ही कायमस्वरूपी नसते, एखाद्या कुशल नेत्याला हे चांगलंच माहीत असतं आणि तो हे विचार इतरांच्या मनात रुजवू शकतो; म्हणून आपण कुठलीही गोष्ट कृष्णधवल बघू नये, तर त्यामधले

विविध रंग - इंद्रधनुषी रंग - समजून घ्यावेत, आपल्या जीवनामध्येही असेच जादूई इंद्रधनुषी रंग भरलेले असतात. एकदा ते आपण बघू शकलो, की मग कुठलीही परिस्थिती कृष्णधवल राहत नाही, आपण त्यापलीकडे जातो. आपण मग इंद्रधनुषी रंगाचा पूर्ण वर्णपटच अनुभवू शकतो. हाच आशावादी राहण्याचा मार्ग आणि मग त्या मार्गावर चालून आपण आपल्या कामात व आयुष्यात प्रचंड उत्साहाने, उत्कट भावनेने स्वतःला झोकून देतो

...आणि मग त्यायोगे आपण उत्कृष्टतेची वृत्ती, आनंद आणि नवनवीन मूल्यांचा ध्यास घेत सुखी होतो. जी नजर आशावादी असते ती इतरांमधलेही चांगले गुण आणि मूल्य टिपते, आणि अशा प्रकारे आपल्या कृतींमधून आपण मूल्यनिर्मिती करतो आणि अशी चांगली मूल्यनिर्मिती करणारे लोकच चांगले नेते बनू शकतात.

प्रकरण आठवे

'निर्भीड वृत्ती'

__धडा :__ कुठल्याही भीतीमुळे तुमच्या क्षमतांवर बंधन आणू नका. मनाच्या सजगतेसाठी तो सर्वांत मोठा अडसर ठरतो. भीती न बाळगणं हे नेत्यासाठी सर्वांत महत्त्वाचं स्वभाववैशिष्ट्य ठरतं. जे घडायचं ते घडणारच! योद्ध्याची युयुत्सू वृत्ती अंगात बाणवा, आणि शांतपणे प्रसंगांना सामोरे जा. कुठल्याही मोठ्यात मोठ्या आव्हानाला अतिशय डौलात आणि मनोनिग्रहाने सामोरं जाणं त्यामुळे शक्य होईल. निर्भयतेनं आणि धीरानं उभे राहिल्यावर तुमच्या कृतीला परिपूर्णता लाभेल. आणि हे तत्त्व सर्वच गोष्टींना लागू होणारं आहे! प्रभावशाली ठरण्यासाठी नेत्याला कायमच निर्भीड असावं लागतं. हिंदू गूढवादात म्हटलंय की, भीती हा मायेचाच एक प्रकार आहे. आणि 'भीती वाटणं' घडतं. कारण आपण बाह्य घटनांकडेच लक्ष केंद्रित करून असतो. ज्या क्षणी आपण लवचीक बनू आणि आपल्या मनावर असणारी बाह्य घटनांची जबरदस्त पकड सैल करून, रिलॅक्स होऊ त्या क्षणी आपली भीती आपोआपच नाहीशी होईल.

निर्भीड नेता हा परिस्थितीचं दडपण न घेता जे आहे, जसं आहे ते ते तसं स्पष्टपणे मांडण्याचं धारिष्ट्य दाखवतो, पण तो आपल्या काही ठरावीक, पक्क्या

कल्पनांना, श्रद्धास्थानांना चिकटून बसत नाही. एखाद्याच्या भूतकाळापासून तो तुटलेला राहतो, कारण भूतकाळच बऱ्याचदा भविष्यकाळाविषयी भीती निर्माण करतो. एखादा जर का प्रामाणिक, सच्चा आणि सर्व जुन्या भीती आणि काळज्यांपासून मुक्त असेल तर त्याला नवीन कुठलीही भीती इजा पोहोचवू शकत नाही. अध्यात्म म्हणजे तुम्हाला भूतकाळाची भीती भेडसावू शकत नाही याचं ज्ञान होणे, तुमच्या भूतकाळात- तुमच्या बालपणी, शालेय जीवनात, कामाच्या ठिकाणी तुम्हाला दुःखदायक किंवा आनंदी नसणारी अशी काही आठवण असेल तरी मग काही बिघडत नाही; तिथेच खरे म्हणजे भविष्यातल्या भीतीची बीजे असतात.आपण जर का जाणीवपूर्वक त्या बीजांनाच नष्ट करू शकलो, तर मग एक मोठं स्थित्यंतर घडू शकतं, आपण अत्यंत नैसर्गिकरीत्या भविष्यामध्ये प्रवेश करण्यासाठी मुक्त होतो. आणि ती नैसर्गिक अवस्था म्हणजे एका विश्वासाच्या बळावर आपण आयुष्याचा पुरेपूर उपभोग घेणे. तसं झालं की मग पूर्वायुष्यात घडलेली कुठलीही गोष्ट तुमच्या भविष्यकाळावर परिणाम करत नाही. जीवन हे जरी एका प्रवाहासारखं वाहत निघालं तरी आपलं मन हे जुन्याच सवयी आणि पॅटर्न्समध्ये अडकलेलं असतं.

आपल्या समोर एक प्रश्न असा असतो की आपल्या गतकाळातल्या आयुष्याने आपल्या जीवनातल्या संवादांना रंग भरलेले असतात, जितकं आपलं जगणं तितकं मन मागे राहतं आणि मग त्यातून आपलं धाडस मार खातं. आपण जे शिकलेलो असतो - ती सर्व शिकवण, त्यातली रचना, ते विविध पॅटर्न्स (आकार-उकार) यातून बाहेर यायला आपल्याला अध्यात्मवृत्ती मदत करते.

हे असं त्यातनं बाहेर पडणं यामुळेच आपल्याला सर्व नकारात्मक भावना, भाव आणि भीती वगैरेंचा त्याग करणं जमू शकतं आणि सरतेशेवटी तुमच्या मनाच्या आत तळाशी असणारी भावना तुम्ही निर्भीडपणे मांडू शकता. म्हणून तुम्ही भूतकाळ विसरून जायला, त्याला मागे टाकून पुढे यायला शिकलात तर त्यासारखी आयुष्यात मोठी कला दुसरी कोणतीही नाही. आध्यात्मिक मार्गामध्ये आपण हेच करत असतो आणि आपला प्राचीन धर्म व भारतातल्या ऋषी-मुनींची शिकवण ह्याच कळीच्या आधारावर उभी आहे. ते शिकणं म्हणजे अकस्मात एका प्रचंड ऊर्जेने खडबडून जागे होण्यासारखं आहे.

ज्याला कर्माचा सिद्धान्त म्हणतात, तो हेच सांगतो की, तुम्ही त्या भूतकाळाच्या चक्रामधून बाहेर पडा, मुक्त व्हा आणि एका नव्या गतिमान जागृतीचा अनुभव घ्या. आपला भूतकाळ पूर्णपणे संपुष्टात आलाय ह्याची जाणीव करून घ्या; तरच तुम्ही त्या चक्रातून बाहेर पडू शकाल. हे म्हणजे जणू सकाळी उठून ताजतवानं होण्यासारखं : एका नव्या दिवसाची सुरुवात, तुम्ही भूतकाळात अनुभवलेल्या एका दुष्ट स्वप्नातून बाहेर पडल्याची जाणीव. तुम्ही जागे होणं हाच काय तो सवाल! हे एक फार मोठं स्वातंत्र्य आहे. कारण केवळ निर्भीडतेतूनच गतिमान जागृती आणि महान नेतृत्व शक्य होऊ शकतं.

आपल्या मनातली भीती मनोनिग्रह करून एकदाची मार्गातून हटवून बाजूला केली की आपण बरोबर योग्य रुळावर येतो आणि मग आपल्या नेत्याच्या भूमिकेकडे नव्या जोमाने आणि गतीने मार्गक्रमण करतो.

प्रकरण नववे

उत्कृष्ट संघभावना – पांडवांचे उदाहरण

***धडा :** जे महान संघ किंवा चमू असतात त्यांना चमूमधल्या सर्वांच्या फायद्यासाठीची ऊर्जा निर्माण करण्याची क्षमता असते; मग रागाची जागा समन्वय, द्वेषाची जागा सहकार्य आणि स्वार्थाची जागा हक्काचा वाटा देण्यात होते. आणि हे सर्वच क्षेत्रांतल्या नेतृत्वाबाबतीत आणि संघभावनेत पाहायला मिळते. यामागचं गुपित म्हणजे पूर्ण संघाची एकत्रित ऊर्जा ही सामाईक उद्दिष्ट आणि एका श्रेष्ठ कार्यासाठी वापरता येते हे समजून घेणे.*

महाभारतामधले पांडव, हा पुराणामधला सर्वश्रेष्ठ संघ म्हणून चित्रित केला गेलाय; त्यांच्या उदाहरणावरून आपल्याला शिकता येतं की कितीही संकटांचा सामना करावा लगला किंवा कितीही मोठ्या आपत्ती आल्या तरी एक चांगला नेता आणि एकमेकांप्रति सहकार्य असलं की आपला संघ एकसंध आणि मजबूत राहू शकतो. पांडव हे आपल्याला उत्तम प्रकारे दाखवून देतात. लहानपणी वाट्याला येणारी अनिश्चितता, राज्य आणि सर्वच सुखसोयी गमावलेल्या, त्यात अनेक संकटांचा सामना करायला लागणं – आणि त्या सर्व परिस्थितीमध्येही अत्यंत एकजूट दाखवत राहणारा पांडवांचा संघ! ते चिकाटीने एकत्र लढा देतात. आणि जेव्हा अशी जबरदस्त संघभावना असते तेव्हा विजय तर ठरलेलाच!

एखाद्या उत्तम संघभावनेमागचं इंगित काय असतं? आत्मा काय असतो? त्याची सुरुवात ही आपण कुण्या एकेकट्याच्या नव्हे- तर त्यापुढे जाऊन संघासाठी उत्तम ठरणाऱ्या गोष्टीसाठी एकत्र आहोत याची जाणीव असणे! एकत्रितपणा, एकजूट हे महत्त्वाचं ठरतं त्यामागे! संघामध्ये प्रत्येक व्यक्तित्व 'संघाचं महत्त्व' जाणवणं हे महत्त्वाचे. वैयक्तिक ध्येयाच्या पाठपुराव्यापेक्षा संपूर्ण संघाचं हित हे केव्हाही मोठे असतं, हेही मान्यच की संघामधल्या प्रत्येक सहकाऱ्याची वैयक्तिक आकांक्षासुद्धा महत्त्वाची असतेच; कारण त्या भावनेतूनसुद्धा संघामध्ये ताळमेळ आणि एक नाद तयार व्हायला मदत होते, परंतु एकेकट्यापेक्षा संघामधला एकत्रित ताल हा मोठा आणि महत्त्वाचा, हे सर्व जण जाणतात. त्या सर्व सहकाऱ्यांच्या ऊर्जा एकत्र येऊन संघासाठी एक भक्कम आधार तयार होणं आवश्यक ठरतं. आणि नेमकी हीच गोष्ट महाभारतात पांडव करताना दिसतात.

आपण इतिहासात डोकावून पाहिलं तर दिसते की, ज्या समाजाने एका सामाईक बंधाने सर्वांना घट्ट एकत्र ठेवलं आणि पाळंमुळं रुजवली, तो समाज बलशाली ठरला; एका सामाईक गाभ्याशी आपली सुसूत्रता असणं ही संघभावनेची गुरुकिल्ली. मग ती युद्धभूमी असो, खेळाचं मैदान असो की आध्यात्मिक गट असो; एकत्रित असण्याची भावना ही संघभावनेच्या अगदी अंतःकरणातली बाब! या सर्वांमागचे महत्त्वाचे सार म्हणजे एकाच समुदायाचे, कळपाचे आपण भाग आहोत- अशी एक जबरदस्त आंतरिक भावना असणं. हे खरं की एखाद्याने केवळ त्यावरच अवलंबून असू नये; परंतु हे अगदीच उघड दिसून येतं की, एकत्र असण्याने एखादा संघ जबरदस्त ऊर्जाक्षेत्र निर्माण करू शकतो; ज्यामुळे कुठल्याही परिस्थितील प्रचंड बळ आणि ताकद वापरून तोंड देता येते आणि याविषयी अगदी निश्चितच जाणीव आपल्याला होत असते. आपण एकत्र घट्ट बांधला गेलेला समुदाय आहोत, हा विचार कोणत्याही ताकदवान संघाच्या मनात घट्ट रुजलेला असतो. अनेकांना एकत्र बांधून ठेवणारा तो घट्ट चिकट गोंदच जणू! पण त्याच वेळी आणखीही एक गोष्ट महत्त्वाची. तुम्हाला हे लक्षात ठेवायला हवं की तुम्ही इतरांना सामावून घेण्याच्या स्वभावाचे असायला हवेत. एक ताकदवान संघ बनवण्यासाठी हर तऱ्हेचे लोक लागतात. एकाच विचारधारेचे लोक संघासाठी आवश्यक असणारं वैविध्य आणू शकतीलच असं नाही. म्हणून संघामध्ये विविधता असणारी मंडळी हवीत, म्हणजे आपण दुसऱ्यांनासुद्धा

त्यांच्या क्षमतेअनुसार त्यांचे सर्वोत्तम योगदान देण्यासाठी साथ देऊ शकू. आणि पांडवांनी नेमकं हेच केलं. त्यांच्यामधल्या प्रत्येकाने आपल्या वैशिष्ट्यानुसार सर्वोत्तम ते आपल्या पाच जणांच्या संघासाठी दिलं, तेव्हाच तर त्यांच्या प्रत्येकामधली विशिष्ट ताकद एकमेकांना पूरक ठरली.

म्हणून उत्तम नेता तोच- जो संघामधल्या वैविध्यामधून ताकद एकवटू शकतो आणि त्यायोगे पूर्ण संघासाठी एक जबरदस्त ऊर्जाक्षेत्र तयार करवून घेऊ शकतो, पांडवांमध्ये युधिष्ठिराने त्याच्या स्वतःमधल्या काही उणिवा असूनही, ते उत्तम रीतीने पार पाडलं, त्याने सर्वांना उत्तम प्रकारे एकसंघ बांधून ठेवले. त्यांच्या संघामध्ये भीम, अर्जुन, नकुल असो वा सहदेव- प्रत्येकाकडेच वेगळी क्षमता, वेगळं कौशल्य होतं. परंतु सर्वांनी एकत्र येऊन एक जबरदस्त ऊर्जाक्षेत्र तयार करण्यात आपापलं योगदान दिलं आणि मग तो तयार झालेला संघ अजेय ठरला. म्हणून त्यांनी सर्व प्रतिकूल परिस्थितीवर मात केली.

जेव्हा त्यांच्यापेक्षा कितीतरी पटींनी मोठी असणारी कौरवसेना त्यांच्या समोर उभी ठाकली, तेव्हा त्यांनी एकत्रितपणे लढत आपल्या मनातल्या भीतीवर मात करून विजय मिळवला. आणि त्यांच्यामध्ये अबोध, सुज्ञ मनाच्या पातळीवर त्यांना अंतर्ज्ञानानेच समजणारा संवादही चालू होता; आणि तसाच सर्वच संघाच्या बाबतीत असायला हवा. ह्या अंतर्ज्ञानाच्या पातळीवर चालणाऱ्या संवादामुळेच त्यांना उच्च पातळीवरची ताकद म्हणजेच श्रीकृष्णाचीही साथ मिळाली. पांडवांमधली एकी विलक्षण होती, म्हणून तुमच्या मनातली एक सुप्त, लपलेली भावनिक संदेशांची देवाणघेवाण महत्त्वाची आहे आणि एक उत्तम नेता कुठल्याही बाह्य स्थितीपेक्षा तशी देवाणघेवाण निर्माण करण्याला महत्त्व देतो. एकमेकांना कुठल्याही भेदांमुळे वेगळे पाडण्यापेक्षा भावनिक संदेशांसारख्या देवाणघेवाणीच्या भावनेनं प्रचंड ऊर्जेने आणि आनंदाने एकत्र बांधून ठेवणं महत्त्वाचं आहे. इतिहासाचा धांडोळा घेतला तर आढळतं की, हे करण्याचा सर्वांत शक्तिशाली मार्ग म्हणजे एक सामाईक समाज बंध तयार करणे - जेव्हा सर्वच संघसहकाऱ्यांसाठी एकच समान आव्हान उभे ठाकते तेव्हा सर्वांना जोडून ठेवणारा एक समान धागा तयार करणे! मग ते सर्व जण अतिशय उत्कृष्ट प्रकारे एकत्र येतात. जेव्हा एखादी आणीबाणीची परिस्थिती येऊन त्यांच्यावर कोसळते, तेव्हा सर्व जण सर्वोत्तम प्रकारे एकत्र येतात. थोडक्यात म्हणजे, नेत्याला

आपल्या सहकाऱ्यांमध्ये असा सामाईक बंध, असा एक ऊर्जेचा धागा तयार करणं गरजेचे असते. पण त्याच वेळी एखादा सकारात्मक नेता हे काम सकारात्मक मार्गाने करतो; तर एखादा हिटलरसारखा नकारात्मक नेता ते काम नकारात्मक मार्गाने करतो, तो एक प्रकारची सामाईक विद्वेषाची भावना तयार करतो आणि तिलाच सामायिक, गाभा बनवून टाकतो; परंतु आपण सकारात्मक नेत्याचं उदाहरण बघू. एखादा सकारात्मक नेता अशा प्रसंगी सोपा मार्ग निवडत नाही. तो त्याच्या उलट जात तो प्रत्येक संघसहकाऱ्याला अतिशय सकारात्मक बाजू दाखवतो, सकारात्मक जितकं शक्य असेल ते समोर मांडतो तेही अतिशय सर्जनशील पद्धतीने आणि अशा प्रकारे तो एक परस्पर सौहार्दाचं आणि आदराचं नातं तयार करतो. पांडवांचं उदाहरण बघाल, तर त्यांचा एकमेकांप्रति प्रचंड आदर होता. खरं तर ते आपल्यावर कोसळणाऱ्या संकटांच्या मालिकेबद्दल, चुकींबद्दल एकमेकांना दोष देऊ शकत होते; पण त्यांनी तसं मुळीच केलं नाही. उलटपक्षी, एकमेकांना अजिबातच दोष न देता, त्यांनी एकत्रित लढून खूप मोठा जय मिळवला.

म्हणून सकारात्मक नेते हे लोकांना एकत्र घेऊन, काम करूनच मोठी उद्दिष्टं गाठता येतात हे शिकवतात; आणि त्यातून ते प्रत्येकालाच उत्तम पायरी गाठून देण्यासाठी तशी परिस्थिती निर्माण करतात. शेवटी प्रत्येकालाच आपण विजयी होऊ, असं वाटायला हवं आणि विजयी योद्धा ठरून आपण जेत्या संघाचा भाग असावं असं वाटतंच!

आपण जर भारतीय धर्माचा अभ्यास केला – किंबहुना जगातल्या सर्वच धर्मांचा – तर आपल्या लक्षात येईल की, भाईचाऱ्याची संकल्पना किंवा भाईचाऱ्याचा विचार हा साधूंमध्ये आणि सर्वसंग परित्याग केलेल्यांमध्ये तो कायमच दृढ होता. म्हणून तर धर्माचा प्रसार झाला आणि त्यांनी मानवी मनाचा ठाव घेतला; त्यामुळे सत्याचा शोध जरी वैयक्तिक पातळीवर असला तरी, समष्टीचा भाग असण्याची भावना हे एखाद्याचे केवळ भौतिकच नव्हे, तर अध्यात्माविषयीची संवेदनासुद्धा सुस्थितीत आणते. उदाहरणार्थ– संस्कृत 'सत्संग' या शब्दाचा अर्थ एकत्र बसणे. त्यामुळे लोक जेव्हा एकत्र बसून एखाद्या धार्मिक कार्यात भाग घेतात – मग ते ध्यानधारणा असो, प्रार्थना असो एखादं भक्तिगीत/भजन असो – त्या ठिकाणच्या गटामध्ये किंवा संघाच्या ऊर्जाक्षेत्रामधे प्रचंड शक्ती निर्माण होते. आणि मग तशा ऊर्जाक्षेत्रामुळे अशी भावना मनात येते की, आपण जरी वैयक्तिक पातळीवर अनेक गोष्टी प्राप्त

करू शकत असलो तरी आपण जेव्हा एकत्र, समुदायाचा भाग बनू तेव्हा त्याहीपेक्षा जास्त आपण मिळवू शकू. यामागे विचार असा की, आपण एकमेकांमध्ये आशावाद भरायचा आणि इतरांमध्येही जबरदस्त आशावाद निर्माण करायचा. एखादा एकांडा काम करणारा बऱ्याचदा निराशावादी बनू शकतो. कारण तो एकटा असतो, त्याला प्रोत्साहित करायला त्याचबरोबर अंकुश ठेवायला दुसरा कोणी नसतो - हे म्हणजे त्या हनुमान आणि इतरवानर सेनेच्या गोष्टीसारखं! हनुमानाला स्वतःच्या प्रचंड सामर्थ्यावर विश्वास नव्हता. जेव्हा मग इतर वानरांनी त्याला प्रोत्साहन दिलं, तेव्हा कुठे त्याला स्वत:मधल्या अद्भुत, अचाट शक्तीची जाणीव झाली आणि मग त्याने आपल्या अचाट रूपाचा वापर करून आपल्या वानरसेनेसाठी लंकेपर्यंत जाण्यात मदत केली आणि रावणाविरुद्ध रामाच्या बाजूने युद्धात उतरून रावणाचा पराभव करायला मदत केली.

आश्चर्याची अशी एक गोष्ट बघण्यात आली आहे की, एरवी एकाच संघात/चमूमध्ये असूनही एकमेकांशी बोलत नसणारी मंडळी, जेव्हा एखादी समस्या उभी ठाकते तेव्हा मात्र एकमेकांशी अचानकच इतके बोलतात, मोकळेपणानं संवाद साधतात की नवलच वाटतं. आणि तेही अर्थातच नेत्यावर अवलंबून असतं, कारण सरतेशेवटी संवाद हा 'या हृदयीचे त्या हृदयी' असाच - आपोआप घडत असतो. मग समोर उभी ठाकलेली समस्या बुद्धीचा कस पाहणारी असो किंवा तांत्रिक असो - अस्सल संवाद घडतो तो मन मोकळे करून बोलवंसं वाटतं तेव्हाच! त्यामुळे मन मोकळं करणं यामुळे सुसंवादाचं कौशल्य अंगी येतं. एक चांगला नेता आपल्या संघामधे ते कौशल्य रुजवण्यासाठी धडपडत असतो. आणि तो किंवा ती, तसं आपल्या स्वतःच्या उदाहरणावरूनच सप्रमाण सिद्ध करतात. त्यासाठी नेता आपल्या सहकाऱ्यांमध्ये एक आश्वासक वातावरण तयार करतो आणि प्रत्येक सहकाऱ्याकडे विशेष लक्ष पुरवण्याची गुणवत्ताही तयार करतो. ह्याला लोकशाहीचा मार्ग म्हणता येईल. असं प्रत्येकाकडे लक्ष देण्यातून, सर्व जण मोकळे होऊन व्यक्त होतात आणि त्यातून एकमेकांमध्ये कल्पना, विचारांचं आदानप्रदान होतं आणि संघामध्ये ऊर्जा व गतिमान सुसूत्रता येते. जेव्हा आपण संघभावनेबद्दल बोलतो, तेव्हा असं लक्षात येतं की, सर्वोत्तम संघभावना या केवळ शहरातल्या पुढारलेल्या समाजातच बघायला मिळतात असं नव्हे, तर अगदी रानटी समाजातसुद्धा आढळतात. त्यांच्यामध्येही

संघभावना खोलवर रुजलेली आढळते. म्हणून तर शतकानुगतकांच्या कठीण परिस्थितीशी झगडूनसुद्धा त्यांनी आपलं अस्तित्वं टिकवलेलं आहे, तेही जंगलात राहून किंवा अत्यंत दुर्गम आणि जगण्यासाठी अवघड अशा परिस्थितीशी आणि वातावरणाशी झगडत! हे असे ऊर्जाक्षेत्राची जाणीव असणं आणि एकमेकांप्रति मोकळेपणा आणि समजून घेण्याची वृत्ती ह्यांमुळे त्यांचं इतकी वर्ष अस्तित्व टिकवून ठेवणं शक्य झालं असावं. आफ्रिकेतल्या सिंहाची शिकार करणाऱ्या 'मसाई' लोकांचं उदाहरण बघा. अत्यंत प्रतिकूल परिस्थितीत असताना ते ज्या विलक्षण संघभावनेचं प्रदर्शन करतात ते पाहा. एकमेकांप्रति प्रचंड आदर, सहानुभूती आणि आपलेपणा असल्याखेरीज इतकी टोकाची मैत्री आणि जिव्हाळा असणं शक्यच नाही; तसंच सामाईक अस्तित्व टिकवून ठेवण्याकडे त्यांचा कल असतो म्हणूनही ते शक्य होतं अशांना; आणि यात सर्वांत ठळक गोष्ट म्हणजे एकदा का प्रत्येकाला कळलं की, आपल्या संपूर्ण टोळीच्या अस्तित्वावरच आपलं एकेकट्याचं अस्तित्व अवलंबून आहे की, मग प्रत्येक जणच संघभावनेतून आपापली पूर्ण ऊर्जा टोळीसाठी पणाला लावतो, आणि हेही मग प्रत्येक टोळीप्रमुखाला उपजतच असणारं कौशल्य व ज्ञान वापरून आपल्या टोळीमधल्या सर्वांना समजावून द्यावं लागतं की आपल्या टोळीला जर अस्तित्व टिकवायचं असेल तर त्यासाठी प्रत्येकालाच योगदान द्यावं लागेल म्हणून! अशा वेळी नेत्याला उत्तम संभाषणकला हवी, आपल्या टोळीला सर्वकाही व्यवस्थित समजावून सांगण्यासाठी उत्तम प्रकारे गोष्ट रंगवून सांगण्याचं कसब हवं; म्हणजे मग तो आपल्या टोळीला परिस्थितीची अचूक जाणीव करून देत हे सांगू शकेल की, प्रश्न फक्त एकेकाच्या अस्तित्वाचा नसून, संपूर्ण टोळीच्या अस्तित्वाचा आहे म्हणून! आणि त्याला (किंवा तिला) हे व्यवस्थित सांगून, समजावून देता यायला हवं की, असं प्रत्येकाचं योगदान हेच प्राथमिक आणि महत्त्वाचं आहे- कारण त्यातूनच मग प्रत्येकाचं आणि मग संपूर्ण टोळीचं, समूहाचं अस्तित्व टिकून राहायला मदत होऊ शकणार आहे म्हणून!

त्यांना हे समजावणे महत्त्वाचं असतं की, समूहाची भरभराट होईल तेव्हाच व्यक्तिगत भरभराट होऊ शकेल - त्याउलट होणं अशक्य असतं म्हणून!

एका बाजूला बघितलं तर मानवी मेंदू हा स्वार्थी विचार करणारा आहे, पण दुसऱ्या बाजूने पाहिलं तर इतरेजनांबद्दल कणव, सहानुभूती दर्शवणारा आणि समूहात राहण्यास अनुकूल असाही असतो. याचं उघड आणि सोपं

कारण म्हणजे अगदी पुरातन काळापासून पाहिलं, तर मानवी इतिहासातही दाखले मिळतात की मानव हा समूहशक्तीच्या जोरावर आणि समूहाच्या भक्कम आधारावरच तग धरून राहू शकला, अस्तित्व टिकवू शकला. त्यामुळे आपण जर आपल्या अबोध मनाच्या, सुप्त मनाच्या पातळीवर विचार केला तर आपण एका संघाचा भाग म्हणून काम करण्याकडेच आपला कल असतो. आपण आपली ती कौशल्यं तपासून पुन्हा अंगीकारायला मात्र हवीत, आणि नेता असा असतो- जो आपल्या सहकाऱ्यांना एकमेकांशी सोहार्दाने कसं वागायचं, नातं कसं जपायचं आणि एकमेकांची स्वप्नपूर्ती कशी करायची- ज्यायोगे पुढे जाऊन प्रत्येकाचीच आणि समूहाची उद्दिष्टं साध्य होतील हे समजावून देत असतो - त्यासाठी मदत करत असतो.

सरतेशेवटी, जे लोक एकत्र येऊन एकदिलाने आपली संघभावना जपत काम करतात, ज्यामध्ये त्यांचे व्यक्तिगत प्रयत्न आणि कौशल्यं प्रकट होतात अशाच लोकांचे संघ हे उत्कृष्ट संघ ठरतात! बऱ्याचदा समूहाच्या किंवा संघाच्या बाबतीत अशी समस्या आढळते की, अनेक संघसहकारी हे विरोधाचा किंवा नापसंतीचा सूर लावतात आणि मग अनेकांचे असे निषेधात्मक आवाज हे इतरांपेक्षा वरचढ ठरू पाहतात; हा प्रकार जगभर सगळीकडे पाहायला मिळतो. असे हे संघातल्या मंडळींचं झगडणं! उत्तम नेत्याला अशी विरोधाची किंवा नाराजीची भावना वेळीच निपटून टाकावी लागते, त्यामुळे असे नाराजीचे, निषेधाचे सूर चटकन टिपणारा सावध नेता हाच उत्तम नेता बनतो, मानवी स्वभाववैशिष्ट्यामुळे समूहांमध्ये अशा प्रकारची विशेष शक्तिकेंद्रे निर्माण होतात. त्यामुळे नेत्याला ह्या अशा शक्तिकेंद्राकडे वेळीच लक्ष ठेवून असणं भाग असतं. अशांना वेळीच टिपून-समजून घेऊन, त्यांची नाराजी दूर करून सामूहिक सर्जनशीलता बाहेर काढणं महत्त्वाचं असतं. व्यक्तिगत ताकदीच्या प्रदर्शनापेक्षा हे जास्त महत्त्वाचे असते. संघामध्ये असा संदेश जाणं अति महत्त्वाचं असतं की, जी मंडळी अशा प्रकारच्या स्वतःच्या फायद्यासाठी शक्तिकेंद्र बनवत असतील त्यांना इतरांची साथ मिळणार नाही आणि ते इतरांच्या नजरेतून कायमचे उतरतील, त्यामुळे भीती दाखवणं किंवा उत्पन्न करणं हे महत्त्वाचं नसतं. उलटपक्षी असं दाखवून देणं महत्त्वाचं की 'संघ' हा सर्वांत महत्त्वाचा. 'संघटित' हेच उद्दिष्ट असावं आणि उत्तम नेत्याने अजिबातच न डगमगता स्पष्टपणे ते सर्वांना सांगायला हवं.

सरतेशेवटी, उत्तम संघभावना लोकांना आनंद देत असते, लोकांना कृतकृत्यता मिळवून देत असते आणि सामाईक उद्दिष्ट गाठायला मदत करत असते. एकमेकांमध्ये मूल्य जपणं आणि वृद्धिंगत करणं हे ध्येय असावं. त्यामुळे मूल्यनिर्मितीमध्येही संपूर्णता येते. आपापल्या संघामध्ये सर्वांनाच उच्च आनंदाची अनुभूती मिळायला हवी. एकमेकांचे पाय खेचणं नव्हे, तर एकमेकांप्रति उच्च शक्तीचा प्रवाह पसरवणं महत्त्वाचं ठरतं. याचा अर्थ असा नाही की, अंतर्गत संघर्ष हा कधीच सहन केला जाऊ नये. किंबहुना, अनेक वेळा असंही दिसतं की संघर्ष आणि मतभेदांमधूनसुद्धा लोकांमधली उत्तम गुणवत्ता आणि कौशल्य बाहेर यायला मदत होते. संघर्षाची अशीही एक कल्पना किंवा विचार आहे की जेव्हा दोन गोष्टी एकमेकांना भिडतात तेव्हा त्यातून नवनिर्माण होतं; दोन दगड एकमेकांवर घासून जसा अग्नी उत्पन्न होतो. खरं तर, ब्रह्मांडांच्या उत्पत्तीमागेसुद्धा असेच घर्षण कारणीभूत असल्याचं मानलं जातं. जिथे दोन विभिन्न तत्त्वं एकत्र येऊन नवनिर्मिती होत असते, त्यामुळे आपल्या संघात किंवा गटात जरी वाद झाले, संघर्ष झाला तरी नेत्याने मुळीच गांगरून जाऊ नये. उलट त्याने हे लक्षात ठेवायला हवं की, संघसहकाऱ्यांमध्ये सतत संवाद असणं, त्याला प्राधान्य द्यायला हवं; संघसहकाऱ्यांमध्ये सतत संवाद हवा. संभाषण हवं, जरी त्यांच्यात क्वचित वादविवाद झाले तरी! परंतु त्याचा शेवट मात्र सहकाऱ्यांच्या मनात आपण एकाच संघाचे, एकाच कुटुंबाचे भाग असल्याची भावना असण्यातच व्हावा आणि संघाच्या घडणीतसुद्धा एखादं कुटुंब असल्याचाच आभास व्हावा – तसाच सारखेपणा दिसायला हवा; जिथे कुटुंबातल्या प्रत्येक घटकाचं वैगुण्यसुद्धा स्वीकारलं जाऊन त्यावर संपूर्ण संघाच्या एकत्रित प्रयत्नांनी मात देता यायला हवी. सरतेशेवटी, संघभावना आणि एकत्रित एकदिलाने काम करणं ही एकमेकांमधलं नाते दृढ करण्याची मोठी संधी असते, आणि उत्तम संघसहकारी त्याचा जास्तीतजास्त फायदा उचलतात व त्यातूनच सर्वांमध्ये घट्ट बंध तयार होतात, नात्यांचं जाळं निर्माण होतं, परस्परसंबंध वाढतात आणि नात्यांची मुळं घट्ट रुजतात. ज्यांना हे आकळते, ते उत्तम नेतेपदी जाऊन बसतात; कारण अशा घट्ट नात्यांच्या जाळ्यामधून आणि अनुबंधामधूनच ते नेता म्हणून उदयाला येतात.

अशा नात्यांच्या जाळ्यामध्ये घट्ट रुजणं हे फार महत्त्वाचं. यामध्ये कुठल्याही प्रकारची 'संस्था' बनवणे हा हेतू नसावा. कारण 'संस्था'प्रकारात

काही समस्या असू शकतात. उलट, एखादी नैसर्गिक परपरोपकारी घटकांचं कुटुंब असल्यासारखा संघ निर्माण होणं महत्त्वाचं असतं, जणू वेगवेगळे अवयव असणारं परंतु 'एकत्व' असणारं शरीर! जसं मानवी देह हा अनेक अवयव आणि इंद्रियांनी बनतो, परंतु अत्यंत सुसंघटितपणे काम करतो.

अशी मनं जुळणं, अंतर्मनापासून एकमेकांविषयी आदरभाव बाळगत आणि जणू अध्यात्मपातळीवर एकमेकांचा सखा असणं हा संघभावनेचा पाया म्हणता येईल, कारण त्यातूनच मग संघाचं उद्दिष्ट गाठण्यासाठी ज्या नेत्याने आपल्या हृदयापासून, अंतःकरणापासून योगदान देणं घडतं!

प्रकरण दहावे

पौराणिक कथा : गूढ आणि भौतिक अर्थ

__धडा :__ पौराणिक कथांमधून आपल्याला मिळणारी महत्त्वाची शिकवण म्हणजे जगात असणारी दोन प्रकारची नेतृत्वं. सर्जनशील नेतृत्व आणि विनाशकारी नेतृत्व, चाणाक्ष आणि बुद्धिमान नेत्यांना सर्जनशील नेतृत्वामुळे किती उत्तम प्रकारची कार्ये करता येतात आणि लोकांचं भलं होऊ शकतं ते शिकता येतं. पौराणिक कथांमुळे आपल्याला मानवी जगात मनाविषयी खूप काही शिकता येते. त्या धड्यांना आत्मसात करून आपलंही भलं होत असतं, पौराणिक कथा आपल्याला आपल्या जागृत मनात बदल घडवून उत्तम गती कशी प्राप्त करता येते, हे शिकवतात.

हेही समजून घेणं महत्त्वाचं आहे की, भारतीय पुराणांचे पडसाद किंवा अनुवाद हे इतर जागतिक पुराणांमध्येसुद्धा पाहायला मिळतात. परंतु शेवटी महत्त्वाचा संदेश या कथांमधून मिळतो तो हाच की, भौतिक सुखलोलुपतेचा पराभव करून आणि पाडाव करून आध्यामिक ताकदीचा विजय होत असतो. आणि अशाच प्रकारची कथा महाभारतामध्ये सांगितली आहे. त्यामध्ये मध्यवर्ती कल्पना अशी की, भौतिकतावादाला अध्यात्माची जोड

दिली तर विजय प्राप्त होतो. आणि जिथे भौतिकतावादाबरोबरच असभ्य शक्तींचा संगम होतो तिथे पराभव अटळ असतो.

रामायणामध्येसुद्धा असंच सांगितलं गेलंय. रावण हा भौतिक सुखांची ताकद असणारा राजा – तर श्रीराम हा भौतिकाबरोबरच आध्यात्मिक ताकदीचा राजा. रावणाकडेही आध्यात्मिक शक्ती होती तरीही तो श्रीरामासमोर पराभूत झाला. आणि त्यामुळे एखाद्या नेत्याची दृष्टी ही भौतिकतावाद आणि अध्यात्मवाद यांच्याकडे एकत्रितपणे पाहताना व्यापक किंवा विस्तृत दृष्टीने न पाहता, मर्यादित किंवा आकुंचित दृष्टीने बारकाईने पाहण्याची असावी.

पौराणिक कथांचं मुख्य काम हेच असतं की, जीवनाविषयीच्या वैश्विक सत्याकडे पाहण्याची अंतर्दृष्टी देणं, जीवन कसं व्यतीत करायला हवं आणि कार्यसिद्धी कशी मिळवावी ते सांगणं! पण आपण जर पुराणांतल्या कथांचे आपल्या मतांनुसार अर्थ लावत बसलो, तर मग तसे कितीतरी चुकीचेही अर्थ त्यातून निघू शकतील. आणि खरं म्हणजे जगात नेमकं तेच घडतंय सध्या! परंतु, भारतीय पौराणिक कथांमधून मुख्य घेण्याजोगा बोध म्हणजे आपलं संपूर्ण अस्तित्व हेच मुळी दैवी देणगी आहे हे समजून घेणं. अग्नी, इंद्र, वायू आणि इतर देवीदेवता या निसर्गाची, सृष्टीचीच आग, पाऊस, वारा आणि इतर प्रकारांची रूपं मानलेली आहेत, आणि म्हणून पौराणिक कथांमागची कल्पना – विशेषतः भारतीय पुराणांमागची घेण्याजोगी बाब आणि दृष्टी हीच की, गोष्टीकडे बघण्याची दृष्टी ही त्या गोष्टी निसर्गाच्या शक्तीचा आविष्कार म्हणून बघण्याची हवी. अशा प्रकारच्या दृष्टिकोनामुळे आपली जगाकडे आणि स्वतःकडेही बघण्याची दृष्टी पूर्ण बदलून जाते.

थोडक्यात सांगायचं म्हणजे, ही जगाकडे बघण्याची सम्यक दृष्टी म्हणता येईल. आपण जर प्रत्येक गोष्टीकडे त्या गोष्टीमधलं पावित्र्य, शुद्धता चांगुलपणाच्या शोधक नजरेने पाहण्याची वृत्ती ठेवली, तर आपण स्वाभाविकपणेच कुठल्याही ताणातून, मानसिक चिंतेतून आणि भौतिक काळजीतून मुक्त असं आयुष्य जगू शकतो. याचं अगदी साधंसोपं कारण म्हणजे आपली दृष्टी विशाल, उदार झालेली असल्याने आपण चिंता दूर सारत कुठल्याही गोष्टीकडे बघू शकत असतो. पुराणकथा या मुख्यतः मानवी जाणिवांचे आणि जागृत मनोवस्थेचं प्रतिबिंब मानता येईल. त्यामुळेच, त्यांचं कालातीत महत्त्व आहे आपल्यासाठी! आणि ते कालातीत महत्त्व किंवा

त्याचा कालातीत अर्थ असा- आपण आध्यात्मिक क्षेत्रात जितके खोलवर जाऊ शकू तितकी आपली भौतिक जगतात उन्नती होईल, आणि हे समजून घेणं हे कुठल्याही नेत्यासाठी फार महत्त्वाचं! खरं म्हणजे, त्यात पुराणाची महत्त्वाची शिकवण दडलेली आहे. आपण जर योग्य दृष्टी बाळगली तर आपण इथे पृथ्वीवरच स्वर्ग निर्माण करू शकतो, नंदनवन तयार करू शकतो, आणि आपण जेव्हा एखाद्या गोष्टीकडे आध्यात्मिक आणि व्यावहारिक अशा दोन्ही दृष्टींनी बघू लागतो, तेव्हा तशा प्रकारची दृष्टी आपोआपच तयार होते. आणि हेही समजून घ्यायला हवं की ज्यांच्या जवळ आध्यात्मिक दृष्टी आहे, अशांकडे लोक चटकन आकर्षित होतात. आणि म्हणून असं म्हणता येईल की, जो नेता जीवनाकडे अंतर्मुख दृष्टीने पाहतो आणि त्या दृष्टीने कृती करतो, तो इतरांच्या दृष्टीने आकर्षक व्यक्तिमत्त्वाचा बनतो, त्याला एक करिश्मा प्राप्त होतो. अशी अंतर्ज्ञानी शहाणपणाचा दृष्टिकोन लाभलेली व्यक्ती मग साहजिकच लोकांच्या आदराचा विषय बनते आणि मग उत्स्फूर्तपणे नेतृत्वाची उत्तुंग शिखरे सर करत जाते. सत्याच्या उत्तुंग परिमाणांविषयी आपल्याला आपण सहज नाते जोडू शकू- अशा गोष्टींद्वारे पौराणिक कथा समजावण्याचा प्रयत्न करत असतात.

महाभारतामध्ये अशा सत्याविषयी अत्यंत सखोल, भव्य, उदात्त चित्रण दिसतं- पण ते मानवाच्या कृतींच्या विषयांमधून म्हणजे युद्ध, लढाया, राजकारणातले डावपेच, भौतिक श्रीमंती वगैरे वगैरे - हिंदू पुराणांचं एक विलक्षण वैशिष्ट्य म्हणजे ती हजारो वर्षांपासून ज्या गोष्टींना वाचा फोडत आली आहेत, त्या गोष्टी आजच्या विज्ञान आणि आधुनिक मानसशास्त्रातही प्रतिबिंबित झालेल्या आढळतात. आणि आधुनिक मानसशास्त्रातला हा भाग नेतृत्वाच्या दृष्टीने फार महत्त्वाचा असतो, कारण मुळात नेतृत्व हेच मुळी सर्व मानसशास्त्राचा आविष्कार आहे. आपण जर मानसशास्त्रीयदृष्ट्या पारंगत असलो तर स्वाभाविकच आपले नेतृत्वगुण हे कित्येक पटींनी उजळून समोर येतात, आणि त्याचबरोबर आपण स्वतः कृतकृत्यता अनुभवतो, त्यामुळे मानसशास्त्रीय पातळीवर, एखाद्या नेत्याला ताणतणावरहित स्थितीमध्ये राहायचं असेल तर नेत्याला त्याचा अनुभव, ज्ञान आणि कौशल्याच्याही पल्याड जावं लगतं. आणि त्या जास्तीच्या आवश्यक असणाऱ्या गोष्टीला आपण माणसाची वृत्ती(स्पिरिट) म्हणतो. त्या वृत्तीमुळेच आपण आपले अनेक गुण लोकांसमोर आणू शकतो.

हे सर्व करणं म्हणजे आपल्या जाणिवेच्या उच्चतम पातळीवर जाणं- आणि मग त्या उच्चतम पातळीवरूनच विचार करणं व कृती करणं.

आता हे किती रंजक आहे बघा की, पुराणांमध्ये असंदेखील स्वच्छ लिहिलंय रूपकात्मक पद्धतीनं- की मानव जाणिवेच्या ज्या उच्चतम पातळीवर पोहोचू शकतो त्याचा खुद्द देवांनाही हेवा वाटावा; देवांनासुद्धा काही बाबतीत माणसांच्या क्षमतेचा हेवा वाटायचा ही कमालच. मानवाकडे अमर्याद ऊर्जाशक्ती असते आणि मग जेव्हा मानव जाणिवेच्या उच्च पातळीवर जातो तेव्हा पृथ्वीवरची इतर माणसं तर सोडाच, पण वेगळ्या मितींतली - ब्रह्मांडातल्या वेगळ्या अवकाशीय स्थलावरच्या इतर जीवांनाही त्याबद्दल जाणीव होते. हे रूपकात्मक दृष्टीने बघायचं झालं, तर मानवाच्या जाणिवेसंबंधीच्या शोधाला आणि प्रयत्नांना अंतच नाही. आपण आपल्या जाणिवेचा स्तर, पातळी वाढवून त्यायोगे नेतृत्वाची गुणवत्ता वाढवू शकतो आणि मग संघभावना, सहकार्य वाढीला लागून नवनिर्मिती होऊ शकते आणि त्यायोगेच मग आपल्या मानवजातीला मिळू शकलेल्या जागृत मनाच्या किंवा चित्ताच्या क्षमतेला यथोचित न्याय आपण देऊ शकलो, असे म्हणता येईल.

अध्यात्माची उत्क्रांती तसंच नेतृत्वाची उत्क्रांती म्हणजेच जागृत मनाची किंवा चित्ताची उत्क्रांती आपल्याला चित्ताचं आणि भौतिकतावादाचं महत्त्व कळावं यासाठी पुराणांतले दाखले किंवा वानगीचा वापर केला जातो. भारतामधल्या सर्वच आध्यात्मिक परंपरांचा कळसाध्याय म्हणजे मानवाची उत्क्रांती आणि त्याचं महत्त्व देणारी शिकवण! आपल्या भौतिक आयुष्यामध्ये सुखसमाधान आणि समृद्धी आपायासाठी ही उत्क्रांती आपलं इतरांशी असणारं नातं तसंच मानसिकदृष्ट्या आपलं आपल्याशीच असणारं नातं वृद्धिंगत करण्यासाठी उपयोगी पडते, ही यामागची खरी शिकवण.

असे सांगितले जाते की, आपण जर आपली मनोआध्यात्मिक उत्क्रांती जर उच्चतम पातळीवर नेली, तर आपल्या देहाच्या अंतर्भागात कमळाचा आकार असणारं सहस्रार चक्र फुलतं. हे काहीसं प्रतीकात्मक आहे. आपण जर सर्व गोष्टी आपल्याच भोवतालाशी संलग्न आणि निगडित असणाऱ्या वस्तुस्थितीचा हिस्सा असल्याचं मान्य केलं, तर आपण मनी योजिलेलं फळाफुलाला पावू शकतं.

श्रीराम आणि श्रीकृष्णाच्या अवतारांमागे हीच संकल्पना होती. ते दोघं पृथ्वीवर मानवरूपाने आले आणि त्यांनी आचारविचारांनी व वागण्यातून हे दाखवून दिले की, भौतिक आणि आध्यात्मिक उत्क्रांती ही मानवी रूपात आणि देहात एकाच वेळी प्रकट होऊ शकते. म्हणून तर ते दोघं हे जीवनाचं आणि नेतृत्वाचं सर्वोच्च उदाहरण ठरतात.

प्रकरण अकरावे

सचोटीवर आधारित नेतृत्वाची ताकद

धडा : *सचोटी आणि नीतिमत्ता या अंतर्गत शक्तीची निर्मिती करतात. नेत्याच्या अंतर्गत शक्तीचं त्या पालनपोषण करतात, आपल्या सचोटीच्या जोरावर एखादा नेता अर्थपूर्ण आणि क्रांतिकारी बदल घडवून आणण्याची क्षमता प्राप्त करू शकतो- हेच सच्च्या, खऱ्या यशस्वी माणसाचं लक्षण आहे. आणि त्याहीपुढे जाऊन म्हणायचं, तर सचोटी आणि नीतिमत्तेच्या जोरावर माणूस एक अत्यंत गुणवत्तापूर्ण आयुष्य जगू शकतो : तो स्वतः आतून अंतर्बाह्य गुणवत्तापूर्ण असतो आणि त्याच वेळी भौतिक जगतामध्ये आपल्या सर्जनशील शक्तीच्या साहाय्याने मूल्यनिर्मिती करतो.*

बुद्धिमान नेतृत्व आणि जीवनासाठी अत्यंत कळीचा महत्त्वाचा मुद्दा ठरतो तो म्हणजे सत्य निष्ठा. कारण 'बोले तैसा चाले' हे यावरूनच कळत असतं. सचोटीने वागणारा कुणीही समोरच्याच्या दबावाला जुमानत नाही, तो स्वतःच्याच सत्याच्या मार्गावर चालत असतो. असा नेता हिंदुत्वामध्ये सर्वोत्कृष्ट नेता मानला जातो. कारण त्याला एक प्रकारचं अंतर्ज्ञान प्राप्त झालेले असते - त्याचा आपल्या संघसहकाऱ्यांप्रति आगळा आणि त्याच्या अंतर्मतीच्या कौलाने दिलेला विश्वासू अनुबंध तयार झालेला असतो आणि अशा प्रकारची सचोटीने बनलेली नेतृत्वक्षमता ही सच्च्या आत्मविश्वासासाठी

आणि लोकांना मदत करण्यासाठी स्फूर्ती देत असते, आणि त्यामुळेच सर्वंकष ध्येयप्राप्ती होत असते.

अशा सचोटीमुळेच ज्याला 'प्रभावी नेतृत्व' म्हणतात त्याची प्रचिती येते. आणि मग सचोटीने वागणारा नेता, त्याचा निर्णय लोकप्रिय होवो अथवा न होवो, लोकांना आवडो वा नावडो; तो त्यानुसारच पुढे जातो. आणि तो अशा प्रकारे काम करत राहतो, जेणेकरून लोक त्याच्याकडे एक सकारात्मक आदर्श म्हणून बघतात! कारण तो केवळ सोईस्कर भूमिका घेत नाही, तर स्वतःच्या वागणुकीने आदर्श निर्माण करतो.

सर्वच आध्यात्मिक विचारसरणीच्या मुळाशी एक कल्पना असते ती अशी की, नेता तोच– जो लिंग, वय, राहणीमान, जातपात आणि अशा गोष्टींचा विचारही मनात न आणता सर्वदूरच्या लोकांना एकत्र आणतो. सचोटीने वागणं यालाच म्हणतात. आता हे खरं म्हणजे त्या 'मकीआवेल्ली' – प्रकारच्या नेतृत्वशैलीपेक्षा दुसऱ्या टोकाचं झालं, कारण त्या शैलीत नेता हा निर्दयी आणि इतरांचा आपल्या कामापुरता फायदा करून घेणारा असतो. ती एक वेगळी नेतृत्वशैली झाली. पण सरतेशेवटी, पण आपण जर मानवतावादी दृष्टिकोनातून पाहिलं, तर नेतृत्वशैली ही जगामधली एक चांगुलपणाची ताकद किंवा बलच म्हणावी लागेल. मकीआवेल्लीची नेतृत्वशैली ही फार सर्जनशील किंवा मनोधैर्य उंचावणारी मानता येत नाही. किंबहुना, त्या प्रकारात सर्जनशीलता गुदमरते आणि भविष्यातली नेतृत्वशैली ही खरं पाहता प्रचंड सर्जनशील असायला हवी आणि म्हणून सचोटी व प्रामाणिकपणा ही कधी नव्हे इतकी महत्त्वाची बाब बनली आहे.

'सर्जनशील चिकाटी' अंगी बाळगणारा नेता बनण्यासाठी काय काय मूलभूत गोष्टी असाव्या लागतात? पहिली गोष्ट म्हणजे निर्णयप्रक्रियेमध्ये लोकांचा जास्तीतजास्त सहभाग असण्याला मान्यता द्यावी लागते. म्हणजेच तुम्ही स्वतः मिळून मिसळून काम करणारे असता. त्यामुळे लोकांना आपल्या अंगचे सर्वोत्कृष्ट गुण बाहेर काढायला मदत मिळते. त्याचाच अर्थ लोकांच्या अंगची वैयक्तिक ताकद आणखी वाढायला मदत होते. अशा प्रकारे वागल्याने तुम्ही केवळ लोकांना त्यांचा करिश्मा आणि सचोटी दाखवायला प्रवृत्त करता इतकंच नव्हे; तर तुम्ही स्वतःसुद्धा उदार आणि लोकांना मदत करणारा नेता म्हणून तुमचं स्थान पक्कं होतं. लोकांच्या मनात त्यांच्याबद्दल – तो किंवा ती केवळ संघासाठी ठोस निर्णय घेण्यावर नियंत्रण असणारा/री –

इतकीच खात्री नसते, तर त्याला किंवा तिला संघामधल्या प्रत्येकाच्या वैयक्तिक प्रगतीमध्येसुद्धा तितकाच विश्वास आहे, याबद्दलही खात्री असते. अशा महत्त्वाच्या लोकांना/सहकाऱ्यांना निर्णयप्रक्रियेत भाग घेण्याची संधी दिल्याबद्दल आणि तशी मनापासून तयारी दाखवल्याबद्दल - लोकांच्या मनातही स्वतःबद्दल विश्वास आणि आपल्यामधल्या क्षमतेची जाणीव होते. आणि त्याचाच एक भाग म्हणून आपल्याला संधी देणाऱ्या नेत्याबद्दल मनामध्ये आदराची भावना निर्माण होते. अशा निर्णयप्रक्रियेत सहभागी असणाऱ्या चमूचा भाग असल्याबद्दल त्या लोकांच्या मनात आपल्यालाही काही महत्त्व दिलं जातंय, याबद्दल समाधानाची भावना निर्माण होते. त्यांचा नेता या नाते तुमचंही समाजातलं स्थान आदराचं व्हायला त्याने मदत होते. तुम्ही अशा प्रकारे विविधांगी प्रकारे नेतृत्व करू शकता, असं दिसून आल्याने तुम्ही समाजात करिश्मावान ठरता. आजच्या व्यावसायिक युगामध्ये आणि सामाजिक परिसंस्थेमध्ये नेत्याच्या यशप्राप्तीसाठी त्याची आवश्यकता आहेच.

नेता म्हणून संपूर्ण सत्ता हाती मिळण्यासाठी दुसरी महत्त्वाची गोष्ट म्हणजे तुम्ही कामामध्ये तुमचं संपूर्ण प्रेम आणि कळकळ ओतायला हवी. सरतेशेवटी, मोठमोठी ध्येयं प्राप्त करण्यासाठी आपण करतो त्या कामावर आपले सच्चे प्रेम असणं जरुरीच! आणि जो बहुतांशी वेळा, हा आपल्याच निवडीचा भाग असतो; जो मनुष्य कामामध्ये पूर्ण सचोटी ओततो तो त्याचं काम संपूर्ण प्रेमाने करत असतो म्हणूनच! आणि यामुळे आपल्या कंपनीच्या उद्दिष्टांबद्दल आणखी व्यापक दृष्टी मिळते. यामुळे एखाद्याने आपल्या कामात स्वतःला अगदी तन-मन-धनाने पूर्ण झोकून दिलंय हेही उघडच दिसून येतं आणि इतरांसाठी ते एक आदर्श उदाहरण ठरतं. आपण नेतृत्वासाठी मनापासून तयार आहोत, आपण कुठलीही समस्या किंवा आणीबाणी हाताळायाला मनापासून तयार आहोत; हेच त्यातून प्रतिबिंबित होतं- आणि तोही इतरांसाठी आदर्श ठरतो. कामामधली नीतिमत्ता ही आपण त्या कामावर किती प्रेम करतो यावर ठरते, आणि आपण हाती घेतलेल्या कामाप्रति किती सचोटी दर्शवतोय, याचाच तो एक भाग म्हणता येईल.

चांगल्या नेत्याची तिसरी बाजू म्हणजे तो लोकांमध्ये आपली जी एक प्रतिमा तयार झालेली असते त्या प्रतिमेविरुद्ध जात काम करायला घाबरत नाही. पूर्वी जे घडून गेलंय, ते मनातून काढून टाकून आणि लोकांच्या मनातल्या आपल्या प्रतिमेला आणखी घट्टपणे रुजवण्याचा अजिबात प्रयत्न

न करता तो काम करतो. त्यांच्यामध्ये एक विशिष्ट विश्वास असतो की, ते पूर्ण आत्मविश्वासाने काठोकाठ भरून त्याने सकारात्मक आणि बेधडक मार्गाने आपल्या मनातल्या भावना व्यक्त करू शकतात म्हणून! त्यामुळे त्यांच्या मताला वजन प्राप्त होतं आणि त्यामुळे जनमानसात अशी प्रतिमा तयार होते की, ती किंवा तो हा अस्सल, सच्चा आणि खराखुरा प्रामाणिक नेता आहे म्हणून! आणि सरतेशेवटी जे सच्चे असतात त्यांनाच लोक किंमत देतात. आकलनशक्ती, समज वगैरेंपेक्षा लोक नेत्यामध्ये सच्चेपणा, प्रामाणिकपणा या क्षमता बघत असतात - आणि तेच सचोटीमुळे मिळते! सचोटीमुळे एखाद्याविषयी 'खात्री' वाटणं होतं - आणि ह्यामुळेच काही व्यक्ती लोकांना आकर्षक वाटतात.

शेवटी सांगायचं म्हणजे - सचोटीने वागणाऱ्या नेत्याला इतरांपेक्षा वेगळी ठरवणारा गुणधर्म म्हणजे तो एकट्या-दुकट्याचा विचार न करता संपूर्ण गटाचा, संघाचा विचार करण्यावर जोर देत असतो. संस्था, समाज ह्यांना इतर कशाहीपेक्षा प्राधान्य देत असतो. वेगळ्या शब्दांत सांगायचं तर, सचोटीने वागणारा नेता इतरांबद्दल कळकळ बाळगून असतो, इतरांशी सौहार्दपूर्ण उत्तम नातं तयार करण्यावर भर देत असतो. असे नेते नेहमी विश्वासाचं, सहकार्याचं, मदतीचं, मित्रत्वाचं, सल्लामसलतीचं उबदार वातावरण तयार करत असतात. आणि मग या सर्व बाबी संघर्षाच्या व्यवस्थेऐवजी अतिशय खोलवर मूल्य रुजलेली व्यवस्था तयार करतात. सरतेशेवटी, सचोटीने वागणारा नेता आपल्या संघसहकाऱ्यांच्या मनात आणि हृदयात एक जबरदस्त ऊर्मी आणि विजिगीषा तयार करू शकतो ज्यामुळे त्यांच्या संघाला घवघवीत यश मिळतं.

प्रकरण बारावे

स्वभाव आणि स्वधर्म

धडा : हिंदुत्वामध्ये दोन अत्यंत महत्त्वाची पायाभूत तत्त्वं आहेत. एक म्हणजे स्वभाव – आपलं निसर्गदत्त वैशिष्ट्यं आणि दुसरे म्हणजे स्वधर्म. आपल्या नैसर्गिक स्वभावानुसार आपल्याकडून घडणारी कृती, ह्यामागची मूलभूत कल्पना अशी की आपल्या प्रत्येकालाच जन्मजात स्वभाव लाभलेला असतो आणि प्रत्येकाला काही कृती करण्यासाठी जन्मजात क्षमता लाभलेल्या असतात, ज्यायोगे आपलं पृथ्वीतलावरचं एक स्थान किंवा आपली वैयक्तिक जागा तयार होत असते. आपण ज्या कृती करतो (मग त्यात स्वधर्म म्हणू किंवा कर्तव्य) त्यांद्वारे आपण जर आपल्या मोठ्या अस्तित्वाची इच्छापूर्ती केली तर आपण आपल्या नेमून दिलेल्या कार्यात यशस्वी ठरतो.

आपण आपल्या स्वभावानुसार आणि स्वधर्मानुसार वागत असतो (जे आपले निसर्गदत्त वैशिष्ट्य असतं). हा स्वभाव आणि स्वधर्म मिळून आपला पाया बनतो, ज्याने आपण आयुष्याच्या आणि नेतृत्वाच्या भूमिकांची पूर्ती करत असतो. या गुणांमुळेच एखाद्याच्या आतले योग्य निर्धार आणि योग्य ऊर्जा जागृत होतात, ज्यामुळे आपली परिपूर्ण आणि परिणामकारक कृती वृद्धिंगत होते.

आणि नेमकं हेच श्रीकृष्णाने अर्जुनाला भगवद्गीतेमधून सांगितलं आहे. यामागची कल्पना अशी की, महाभारतामध्ये श्रीकृष्ण ही व्यक्तिरेखा ही

इतरेजनांना त्यांच्या स्वभाव आणि स्वधर्माची आठवण करून देण्यासाठीच जणू समोर येते. मग श्रीकृष्ण ज्यांना ती जाणीव करून देतो ती व्यक्ती समोर कधी युधिष्ठिर असते, कधी अर्जुन, तर कधी कर्ण. पण तो समोरच्यांना हेच बजावत असतो की, कुठलीही उपासना किंवा कर्मकांड किंवा कसले नैवेद्य वगैरेंमध्ये अडकून पडण्यापेक्षा स्वतःमधली क्षमता ओळखा आणि स्वभावानुसार काम करा.

धर्मशास्त्रावरचे ग्रंथ आपल्याला आपली कर्तव्ये पार पाडण्यासाठी बजावत असतात. धर्मशास्त्र सांगतं की आपल्या हातून आपल्या स्वभाव आणि स्वधर्मानुसार जी कृती घडते त्याने आपण शुद्ध होत असतो. उपनिषदांमधूनही नेमकं हेच सांगितलेलं आढळते. त्यातून कर्मकांडांविषयी जास्त न बोलता, कर्मकांडांमागची कारणमीमांसा केलेली आढळते. आणि त्या कारणमीमांसेमधूनच आपण स्वतःमधल्या 'स्व'ला ओळखण्यासाठी घडत जातो – आणि यातूनच आपल्याला पुढे जाऊन ज्ञान होतं की, आपल्यातलं 'स्व' किंवा 'आत्मा' हा ब्रह्मांडातल्या अस्तित्वात असणाऱ्या त्या चेतनेचाच एक अंश आहे. आणि हे समजणं आणि आकळणं म्हणजे त्या ब्रह्मांडाचं ज्ञान होण्याच्या मार्गाकडे चालणं. एकदा आपल्याला आपल्यामधल्या त्या चेतनेची जाणीव झाली आणि ती चेतना ज्या वैश्विक चेतनेचा भाग आहे त्याची जाणीव झाली की आपल्यातला स्वतःविषयीचा अहं दूर होऊन आपण त्या वैश्विक अस्तित्वाचं महत्त्व समजू लागलो.

वेदान्त, उपनिषदं आणि बुद्धाच्या शिकवणीतूनही आपल्याला स्वभाव आणि स्वधर्माशी जोडून राहण्याची दिशा मिळते. आणि हे काही अध्यात्माविषयी प्राथमिक तर्क करणं किंवा अंदाज बांधणं नव्हे, तर वीर्य किंवा शौर्य या संकल्पनेशी जोडलं जाण्याच्या तो पाया आहे. आणि नेतृत्वशैलीसाठी हीच दिशा योग्य ठरते. पराक्रमी वीरांचा तोच मार्ग असतो. त्यायोगेचे ते जीवनातली प्रत्येक लढाई लढतात आणि कुठल्याही परिस्थितीत उत्तम नेतृत्व देऊ शकतात.

प्रकरण तेरावे

करुणा आणि स्वास्थ्य

***धडा :** सर्वच महान लोकांजवळ करुणेचं (सहानुभूतीचं) भांडार असतं. आपलं मन-देह आणि आत्मा (चैतन्य) यांच्या उत्क्रांतीचं द्योतक म्हणजे सहानुभूती असण्याचा गुण! सामान्य आणि असामान्य लोक आणि कुठलीही स्फूर्ती देऊ न शकणारे आणि स्फूर्तिदाते लोक यांना वेगळे करणारा हा ठसठशीत पैलू! मुख्य म्हणजे, एखाद्या मोठ्या नेत्यासाठी नेतृत्वाचा सर्वांत उच्च भाव म्हणजे सहानुभूती अंगी असणं आणि ह्यामुळेच त्यांच्या सर्व कृतींमधून लोकांवर गारुड करणारं प्रेम आणि उत्कट श्रेष्ठता दिसते.*

खऱ्या उत्कृष्ट नेतृत्वाच्या कलेमध्ये करुणा (सहानुभूती)चा पैलू हा अत्यंत महत्त्वाचा आणि संलग्न असणारा! यासंबंधी बोलताना सुरुवातीलाच लक्षात घेणं गरजेचं की करुणा (सहानुभूती) ही प्रचंड उर्जा पसरवते, आपल्यामधले उत्तमोत्तम गुणांना अधिक चांगल्या प्रकारे प्रकट करण्यासाठी दुसऱ्यांप्रति करुणेचा भाव फार महत्त्वाचा आहे. या पैलूमुळे आपल्यामध्ये चांगल्या ऊर्जेचा प्रवाह निर्माण होतो.

करुणा हाच तुमच्या अनुभूतीचा भाग आणि तुमच्या कृतींचा पाया बनला, तर तुम्हाला एका विलक्षण सुंदर आनंदी आणि प्रसन्न स्थितीचा अनुभव येईल. त्यामुळे सहानुभूती ही मूलभूत भावभावनांच्या पातळीवर फारच महत्त्वाची बाब ठरते आणि त्या संदर्भात मग अर्थातच स्वास्थ्य

ही स्थिती आलीच. आपल्याला कुठल्याही प्रकारचा त्रास न होता एका अतिशय समाधानी, सुखी, निरोगी स्थितीत राहण्याची स्थिती म्हणजे स्वास्थ्य! जेव्हा हवी तेव्हा, जिथे हवी तेव्हा आपल्याकडची सकारात्मक ऊर्जा देता येणं ही दुसऱ्याप्रति करुणेची, सहानुभूतीची खूण! नेतृत्वाचा हा खरं तर पायाभरणीचा दगड म्हणता येईल की आपल्या जवळ अशी अक्षय सकारात्मक ऊर्जा असणं की ज्यायोगे कठिणात कठीण परिस्थितीतही आपण समस्येचं निराकरण करू शकू.

कुठल्याही गोष्टीकडे पाहताना त्यातलं 'पूर्णत्व' पाहणे ही एक कला आहे, आणि तुम्ही जेव्हा असं कोणत्याही गोष्टीकडे पूर्णत्वाने पाहू लागता, तेव्हा एका विलक्षण आनंदी स्थितीची अनुभूती मिळते. आणि ती स्थितीच मग तुमच्यामधली सर्जनशीलता जागवते, म्हणून एका अर्थी हे बाह्य जगतातल्या घडामोडींपेक्षाही अमूल्य आहे. प्रत्येक नेत्याने हे ध्यानात घेतलं पाहिजे की तुम्ही आतमध्ये जसे असाल तसेच बाह्य रूपात दिसाल. तुमची आंतरिक स्थिती किंवा स्वास्थ्य हेच तुम्ही जगाला दाखवत सांगत असता.

तुमचं स्वास्थ्य जर उत्तम ऊर्जेनं भरलेलं असेल, तर तुम्ही जगामधल्या उत्तम ऊर्जेशी जोडले जाल. त्यामुळे एकूणात हे समजायला सोपं आहे - तुम्हाला जर स्वतः लोकांसाठी योगदान द्यायचं असेल, ते करताना तुमचं मूल्य (किंमत) जगाला समजावे असे वाटत असेल तर त्यासाठी अगदी मूलभूत गरज कशाची असेल तर ती म्हणजे करुणेची! हीच खरी प्रार्थना हीच खरी प्रार्थना आहे. हीच खरी साधना किंवा दिनचर्या आहे. आपण अशी एक स्थिती निर्माण करणं पुरेस आहे, जी आपल्या कृतींना ऊर्जा पुरवेल, आणि हेच ते कार्य असतं जे प्रत्येक नेत्याला करावं लागतं - गतिमान ऊर्जेची निर्मिती! ज्यामुळे प्रत्येकाच्या कृतीला काहीएक महत्त्व मिळेल. एखाद्या भक्तीच्या स्थानी, खऱ्या धर्माचं दर्शन मिळेल किंवा होईलच असं नाही; कारण भक्तीची खरी जागा आपल्याच अंतर्यामी असते. आपल्याला हे ओळखायला हवं की आपल्या आतमधून जो मानवी शक्तीचा रेटा येईल त्यानेच बाह्य समृद्धी निर्माण होऊ शकेल. एक उत्तम नेता हा कधी विघातक नसतो, तो कायम विधायक निर्मिती करणारा असतो. तुम्ही एक वेळ कामात व्यत्यय आणणारे असा, पण काम उद्ध्वस्त करणारे असू नका. कधीकधी कामातला व्यत्यय हा काही नवनिर्मितीलाही कारणीभूत ठरू शकतो; पण याचा अर्थ असाही नाही की तुमचा दृष्टिकोन तुम्ही पाषाणहृदयी असण्याकडे

असावा. उलटपक्षी मृदू काळजाची माणसं खरी निर्मिती करतात, त्याच प्रकारे चांगली निर्मिती होते. हिंदुत्वाप्रमाणेच चिनी ताओ धर्मातही असं म्हटलं गेलंय, की एखाद्याने मृदू आणि पाण्यासारखं प्रवाही असावं ज्यामुळे त्यांची कृती प्रभावी ठरते. पाणी हे कठीण दगडापेक्षाही जास्त शक्तिशाली असते, कारण ते नदीकिनारी असलेले दगड झिजवते, पाण्यासारखं मृदू आणि प्रवाही असणं ही करुणाच! संवेदनशीलतेने वागणं उत्तम – इतरांप्रति तसेच भोवतालातल्या पर्यावरणाशीसुद्धा संवेदनशीलता दाखवावी. आपला वेगळेपणा शोधण्यासाठी, जगाला आदर देण्यासाठी आणि त्याच आदरापोटी तुम्ही ज्यांचं नेतृत्व करता अशांना अगदी अंतस्थ स्वातंत्र्य द्यायचं म्हणजे ते नवोन्मेष दाखवू शकतील ते काही पूर्णत: नवीनच शोधू शकतील.

थोडक्यात काय, तर करुणा (सहानुभूती) ही उच्च प्रतीची भावना आहे, जिचा वापर करून उत्तम नेता हा लोकांना नवनवीन उन्मेषांसाठी, नवनिर्मितीसाठी स्फूर्ती देऊ शकतो.

प्रकरण चौदावे

सकारात्मक ऊर्जाक्षेत्राची निर्मिती

***धडा :** उच्च प्रतीचा अंतर्यामीचा आनंद उच्च प्रतीचं ऊर्जाक्षेत्र तयार करतो. तो एखाद्यामध्ये आशा आणि भविष्याविषयी सकारात्मक भावना निर्माण करतो – आणि त्याचबरोबर अशी माणसे ज्यांच्याबरोबर काम करतात त्यांच्यामध्येसुद्धा! तुम्ही स्वत:मध्येच किती आनंद आणि शांती निर्माण करू शकता त्यानुसार तुमच्या नेतृत्वगुणांची खरी गुणवत्ता कळून येते. आणि त्यातून उत्स्फूर्तपणे तुमच्या भोवती सकारात्मकता आणि शांती प्रकट होते. हे खरं म्हणजे आपल्या कृतींमध्ये प्रभावी असणारे आणि स्वतःच्या जागृतावस्थेमध्ये परिपूर्ण असणाऱ्या उत्तम नेत्यांचं गुपित म्हणता येईल!*

आपल्या भोवती सकारात्मक ऊर्जाक्षेत्र निर्माण करणं हे प्रभावी नेतृत्वशैलीचे वैशिष्ट्य आहे. आपल्या कृतीला मर्यादा असते, पण आपल्या कृतीतून ठसा उमटवण्याची आपली क्षमता अमर्याद असते. आपल्या कृतीमधून, कामांमधून आपण आपल्याबद्दलची स्पंदनं आणि आपले अस्तित्व चमकवू शकतो; त्यातून ऊर्जेचे तरंग निर्माण करू शकतो आणि त्यातून आपल्या कळत न कळत एक संदेश जातो. आपण जी काही कृती करतो त्यामधून आपल्या आजबाजूच्या लोकांवर प्रभाव पाडणारे ऊर्जाक्षेत्र आपण तयार करत असतो हे सत्य आहे; प्रत्येक नेत्याने हे समजणं जरुरी आहे. एक

अगदी मूलभूत समजून घेण्याजोगी बाब म्हणजे आपली एकही कृती वाया जात नसते. एक तर त्यामुळे आपल्याला वृद्धीची संधी तरी मिळते, किंवा मग आपली वाढ ठप्प तरी होते. मग आव्हान हेच असतं की, तुम्ही वाढीची संधी मिळवून देणारी सकारात्मक ऊर्जा कशी निर्माण करू शकाल? अध्यात्माच्या नजरेतून पाहिले तर आपण जीवनमूल्यं कोणती ते ओळखणे. त्याचबरोबर आपल्या स्वतःच्या अस्तित्वाचेही मूल्य ओळखणे, हीच खरी गुरुकिल्ली. हिंदू तत्त्वज्ञान सांगते की आपल्या एकदम सर्वांत आतल्या भागात अंतरतम भागामध्ये जंगन्नियंत्याचा आवाज वसतो. आपल्याला तो आंतरिक आवाज ऐकता यायला हवा, आपल्याला हे आपल्याच देहात लपलेलं सत्य जाणून घेता यायला हवे. हिंदुत्व मुळातच खूप विलक्षण इंटरेस्टिंग, रंजक विषय आहे. त्याला अनेक कंगोरे आहेत. त्यात असे म्हटले जाते की, एकीकडे माणूस देवाला भेटण्यासाठी आतुर असतो, तसा देवसुद्धा माणसाला भेटण्यासाठी कमालीचा उत्सुक असतो. पण माणसाची समस्या अशी की, माणूस धड ऐकतच नाही. आपण बहुतेक वेळा आपल्या जागृत मनाने खेचले जात असतो आणि त्याचबरोबर आपल्या सुप्त (अबोध) मनाच्या तालावर नाचतसुद्धा असतो. आपण जागृत मनाचं ऐकणं म्हणजे ध्यानकडे झुकणं. आपण एका खोलवरच्या पातळीवर आपल्या अंतर्मनाचं ऐकतो आणि त्यायोगे त्या ईश्वरी अस्तित्वाशी आपला संबंध येतो नि असं आपलं त्याअंतर्गत चैतन्याशी नातं घट्ट होतं; तेव्हा अकस्मात, उत्स्फूर्तपणे आणि आपोआपच आपल्या भोवती एक नैसर्गिक ऊर्जाक्षेत्र तयार होतं.

आपण बाहेरच्या ज्ञानावर आणि माहितीवर कायम विसंबून राहणं हळूहळू कमी करत आपल्याच आतमध्ये डोकावणं सुरू करायला हवे; कारण आपलं स्वतःमधलं ज्ञान हेच उत्तम माणूस आणि उत्तम नेता बनण्याचं लक्षण असतं. आपल्या समोर कायमच विविध पर्याय असतात. आपण कायमच आपापले 'कर्म' तयार करत असतो - पण ते तयार करत असताना आपल्या समोर असणारा पर्याय असा असतो- एक तर आपण अस्तित्वापेक्षा वेगळे मानून चालतो किंवा आपण अस्तित्वाला धरून संलग्न असतो, ज्या क्षणी आपण भोवतालातल्या चैतन्याशी संलग्न असल्याचे मानतो, त्या क्षणी एक प्रकारच्या अद्वैताची भावना मनात येते आणि मग त्या एकत्वाच्या भावनेतून आपल्या मनात अत्यंत गतिशील स्थिती उमटते. त्या सर्वव्यापी चैतन्याच्या बुद्धीसागराने आपण उजळून निघतो, आपली दृष्टी उदार बनते

आणि ह्या उदार दृष्टीमुळे आपलं एक ऊर्जाक्षेत्र तयार होतं - ज्याच्याकडे लोक आकर्षित होतात आणि त्यांना तुमचं बोलणंही भुरळ घालतं, तुम्ही तुमच्या आध्यात्मिक प्रतिमेत जाता आणि ती प्रतिमाच लेकांसमोर येत राहून एक नेता म्हणून तुम्ही सकारात्मक कृती करायला सुरुवात करता.

हिंदू गूढवादामध्ये मानवाला 'अनंत' मानलं गेलंय, तरी आपण आपलं हे अनंतत्व सोडून, जाणिवेच्या आणि जागृत (सजग) मनाच्या एका छोट्या भागात काम करतो. आपण मनापासून कृतकृत्य वाटून न घ्यायचं हे एक महत्त्वाचं कारण आहे. कारण आपण आपली क्षमता असूनसुद्धा, त्याला अनुलक्षून अनंत समाधान लाभणारे ऊर्जाक्षेत्र बनवत नाही, आपण एका शंकेच्या, चिंतेच्या, काळजीच्या वातावरणात गुंतून पडतो आणि जिथे चिंता-काळजी असते; तिथे आपण आकुंचन पावत आक्रसत आपल्यातच आपण विस्तरू शकतो, चहूबाजूंनी प्रगती करू शकतो, विस्तार पाऊ शकतो. आणि या चहूबाजूंनी विस्तार होण्याच्या शक्यतेनेच सकारात्मक ऊर्जाक्षेत्र तयार होतं. आपण आपल्या धर्माच्या संकल्पनेला इतकं संकुचित बनवलंय की, धर्माच्या या स्थितीमुळे धर्मच आपल्याला सीमित करून ठेवतो आणि आपली चहूबाजूला प्रगती होऊ देत नाही.

पूर्वीच्या वनांमध्ये राहणाऱ्या ऋषी-मुनींचा धर्म मानवाच्या संपूर्ण ऊर्जेला मुक्त करून वाव देणारा होता, त्याचा कुठल्याही प्रकारे अडसर होत नव्हता. त्याउलट आपले आजकालचे संस्था बनलेले धर्म आणि त्या धर्मातल्या श्रद्धा आपल्या अस्तित्वाला बंधनात अडकवतात. आपण सर्व काही विसरून, सोडून देऊन मुक्त होणे याचा अर्थ आपल्या पारंपरिक श्रद्धा, आपल्या स्वतःच्या जागृत मनाविषयीच्या कल्पनांच्या ओझ्याचा त्याग करायचा आणि अशा मुक्त ठिकाणी जायचं, जिथे आपण अहंकाराशिवाय अगदी पूर्ण तृप्ती अनुभवू! जणू तिथे आपल्या समोर येणारं सगळंच आपल्यासाठी वरदान ठरेल आणि ही भावना - आपल्याला कुणाचे आशीर्वाद लाभल्याची भावना - ही फार गरजेची असते; कारण ती आपल्याला अंतर्बाह्य उजळवते. आणि जेव्हा आपण आतून झळाळून उठतो तेव्हा आपण भोवतालचं जगसुद्धा उजळवतो. लोक ही आशीर्वाद मिळाल्याची भावना विसरत आहेत. तुम्ही काही क्षण त्या भावनेचा केवळ विचार करा. तुम्हाला त्याची अनुभूती मिळेल. आणि अशी कुणाचा आशीर्वाद मिळाल्याची भावना एक चैतन्यमयी आनंद देऊन जाते. अशी ती चैतन्यमयी स्थिती एक सकारात्मक ऊर्जाक्षेत्र तयार करते. तुमच्या

केवळ उपस्थितीनं इतर मंडळी उजळतात. करिश्माप्राप्त नेत्याचं हेच तर गुपित आहे! हे म्हणजे जणू काही त्या एका माणसाच्या अंगांगातूनच प्रकाश बाहेर पडत असल्यासारखं! जणू त्यांच्या देहाभोवती प्रभावक असल्यागत! किबहुना, पुराणकथांमध्ये करिश्माप्राप्त लोकांभोवती एक प्रकारचं तेजोवलय असल्याचं दाखवलं जातं; हे म्हणजे तसे लोक हे विशेष आशीर्वाद (वर) प्राप्त झालेले आणि चैतन्याचा प्रकाश लाभलेले लोक असल्याचं द्योतक. ते जगामध्ये वावरत असताना तो दिव्य प्रकाश त्यांच्या भोवताली राहतो, हे म्हणजे जणू एखाद्या बराच काळ बंद राहिलेल्या खोलीचा दरवाजा आणि खिडक्या उघडल्यासारखं तुम्ही एकाएकी मुक्त झाल्याचं, स्वतंत्र झाल्याचं अनुभवता. जणू तुमच्यामधली ऊर्जा तुम्ही बाहेर उत्सर्जित करत असल्यागत! आणि याच्या बरोबर उलट स्थिती म्हणजे तुम्ही दररोजच्या कृती करताना अत्यंत दुःखी, कष्टी वाटणं.

असे अनेक नेते आहेत की, ज्यांना स्वतःबद्दल विश्वास नसतो, त्यांना कुठल्याही चैतन्याची अनुभूती मिळालेली नसते. जे ज्या ठिकाणी ज्या स्थानी असतात तिथे तसं काहीही न घडल्याने ते दुःखी असतात. आणि मग ते केवळ स्वतःसाठी नव्हे, तर ते ज्या लोकांचे नेतृत्व करतात अशांसाठीसुद्धा अत्यंत वाईट नेता ठरतात. कारण त्यांना केवळ एक नकारात्मक ऊर्जाक्षेत्र तयार करण्यातच यश मिळते. अंतिमतः ते पराभूतच ठरतात. म्हणून आपण स्वतःकडे अशा प्रकारच्या दृष्टिकोनातून पाहायला हवं, की आपण सदैव आपल्या आंतमधल्या सृष्टितत्त्वाकडे जात राहायला हवं - आणि अशा मार्गावर चालत जात जात - आपण आपल्या आंतल्या भागात जे सर्वांत चांगलं आहे, जे सर्वांत उदात्त आहे त्याकडे आपण उंच उंच प्रवास करत जात राहतो.

आपल्या आतल्या जाणीव-अवस्थेच्या, जागृत मनाच्या प्रगतीवर आपल्या सकारात्मक ऊर्जाक्षेत्राची प्रगती किंवा वाढ अवलंबून असते. ती जेवढी वृद्धिंगत होईल तितके आपण कुठलीही समस्या हाताळायला सक्षम होऊ. या प्रकारे आपण नेतृत्वाच्या आव्हानांना तोंड देण्यासाठी धाडसी, मनाने पारदर्शक आणि एकदम स्वच्छ (गोंधळरहित) बनतो.

जीवनातल्या उत्कृष्ट गोष्टी या बऱ्याचदा सूक्ष्म (छुप्या) असतात. त्यामुळे जे मौल्यवान असतं ते छुपं (सूक्ष्म) असत. पण कधीकधी ते आपल्या भीती आणि चिंतेमुळे बुडून जातं. आपल्या स्वतःमध्येच डोकं

घालण्याच्या, स्वतःच्या आत खोलवर पाहण्याच्या कृतीमुळे आपण आपल्या हृदयाची कवाडं उघडतो. आपल्याला मग जास्त सकारात्मकता मिळते ही आणि आपण भोवतालच्या जगात ती पसरवतोही!

आपल्या सर्वांत आतल्या अंतर्भागातून ती सजगता, ही जागृतावस्था यायला मात्र हवी. आणि खरं म्हणजे खरा धर्म आणि खरं अध्यात्म तेच तर असतं!

आपण आपल्या सर्वोच्च सकारात्मक स्थितीत असणं हे आपलं ध्येय असायला हवं, इथे ईश्वर म्हणजे काय आणि अंतिम सत्य म्हणजे काय कुठे ठाऊक आहे कुणाला? पण आपल्या अंतर्भागात दडलेली सर्वांत मोठी सकारात्मकता शोधा, केवळ बाह्य जगतात किंवा भौतिक जगतात मूल्य शोधायला जाऊ नका. आपल्या आत, खोलीवर असणारी मूल्यं शोधा आणि मग तुम्हाला जाणवेल की आसपासचे लोक तुमच्याकडे आकर्षित होत आहेत. ते तुमच्या अंतर्भागात प्रकाशमान झालेला तो दिव्य प्रकाश, ते चैतन्य याकडे आकर्षित होत आहेत जो तुमच्या स्वतःच्या सकारात्मकतेचं ऊर्जाक्षेत्र आहे!

प्रकरण पंधरावे

दूरदर्शी नेतृत्व

धड़ा : *एक लक्षात ठेवा– तुमची 'जाणीव' ही प्रचंड बुद्धिमत्ता (शहाणपण) आणि शक्तीचं भांडार आहे, जे बहुतांशी लपलेलं आहे आणि दिसत नाही. त्याच्यामध्ये प्रचंड मोठ्या दृष्टीची क्षमता आहे. तुमच्या स्वत:मध्ये प्रचंड शक्ती आहे. तुमच्या जाणिवेच्या पातळीवर कधीही स्वत:ला कमजोर समजू नका. हे एकदा लक्षात ठेवलंत की तुमच्यामधली शक्ती जागृत होईल, आणि मग तुम्ही आव्हानांपलीकडे नजर लावत, कितीही अवघड प्रसंगांना अगदी सहजगत्या तोंड देऊ शकाल, एखादा दूरदृष्टी असणारा नेता तोच– जो आपल्या जाणिवेची दारं खुली करतो आणि आपल्या आंत प्रचंड धैर्य आणि ऊर्जा भरतो.*

महान लोक आणि उत्कृष्ट नेत्यांकडे असणाऱ्या अनेक पैलूंमध्ये 'दूरदृष्टी' हा एक महत्त्वाचा पैलू असतो. आपल्या कल्पना, कृती आणि डावपेचांना, दूरगामी होणाऱ्या परिणामांना खूप आधीच समजून घेण्याची क्षमता म्हणजे दूरदृष्टी! पण दूरदृष्टी अंगी असण्यासाठीसुद्धा काही महत्त्वाच्या गोष्टी समजून घ्याव्या लागतात. सर्वांत पहिली गोष्ट म्हणजे आपल्याकडे नैराश्याला तोंड देण्यासाठी फार ताकदीची सहनशीलता हवी, म्हणजे मग आपलं ध्येय गाठण्यात येणाऱ्या सर्व अडथळ्यांना यशस्वीपणे तोंड देता येतं. म्हणून सर्वप्रथम आपण मानसिकदृष्ट्या कणखर असावं लागतं आणि सर्व प्रकारच्या

निराशेला तोंड देण्यासाठी सज्ज असावं लागतं. दूरदृष्टी असणाऱ्या नेत्याकडे हवा असणारा हा पहिला पैलू! ही फार महत्त्वाची दृष्टी असते आणि ती मिळवण्यासाठी एखाद्याला अक्षरश: वाट्टेल त्या प्रकारच्या नैराश्याला, उद्वेगाला तोंड द्यावे लागतं.

दुसरी महत्त्वाची गोष्ट, जी अंगी असायला हवी ती म्हणजे प्रचंड भावनिक स्थैर्य आणि भावनिक शहाणपण! म्हणजेच एखाद्या परिस्थितीला तोंड देताना मानसिक किंवा भावनिक तोल जाऊ न देता योग्य प्रकारे हाताळण्यासाठी आपल्या भावनांवर नियंत्रण असणं महत्त्वाचं! अशा प्रसंगांमध्ये कुणी अतिशय अविवेकाने किंवा घिसाडघाईने वागता कामा नये. भावनिक गोंधळ असेल किंवा भावनांमध्ये सुसूत्रता नसेल तर अस्थैर्याची स्थिती निर्माण होते. भावनिक बुद्धी किंवा भावनिक शहाणपण म्हणजे आपल्या स्वत:च्या आतलं स्थैर्य ओळखणे. कारण ते असेल तरच आपण दुसऱ्यांप्रति सहानुभूती दर्शवू शकतो. सहवेदना प्रकट करू शकतो, आणि अशी सहवेदना समोरच्या व्यक्तीला आपल्या सहवासात भावनिकदृष्ट्या अधिक परिपक्व किंवा भावनिक स्तरामधे वृद्धी दर्शवू शकतो. आणि नेता म्हणून या गोष्टीवर तुमची परिणामकारकता अवलंबून असते.

दुसऱ्यांवर छाप सोडण्याची किंवा दुसऱ्यांवर प्रभाव टाकण्याची एखाद्याची क्षमता ही ज्ञान, कौशल्य आणि इतर गुणांमुळे असतेच; पण विशेषत: भावनिक स्थैर्य कसं आहे यावरही अवलंबून असते; आणि असा स्वभाव असणाराच मग स्वत:मध्येसुद्धा ती दूरगामी ऊर्मी जागवू शकतो. आणि मग आपली समान ध्येयं आणि उद्दिष्ट साध्य करण्यासाठी इतरांना स्फूर्ती देत प्रचंड ऊर्जा त्या ध्येयांसाठी कामी लावू शकतो. सर्वांगीण आणि सखोल नेतृत्व हेच असतं, ज्यामुळे कामाच्या ठिकाणी सुसंवाद राहत असतो. कामाच्या ठिकाणी अत्यंत खेळीमेळीचं, सौहार्दपूर्ण वातावरण निर्माण होऊन, लोकांना तिथे काम करताना आनंद मिळत असतो आणि बाह्य वातावरण कसंही असलं; तरी कामाच्या ठिकाणी मात्र काम करण्यात मजा येत असल्याने, लोकांना आपण करतोय ते काम महत्त्वाचं आहे याची जाणीव होत असते. आणि मग अशा वेळी नेतासुद्धा आपल्या ध्येयपूर्तीमध्ये मजल मारू शकतो आणि नवनवी क्षितिजे पादाक्रांत करू शकतो.

आपल्या ईप्सित कार्यात यशस्वी होण्यासाठी दूरदृष्टी असणाऱ्या नेत्यासाठी आवश्यक अशी आणखी एक गोष्ट म्हणजे त्याला सकारात्मक बदल घडवून आणावे लागतात, परिवर्तन घडवून आणावं लागतं आणि ते करत असताना लोकांना त्यांच्या नेतृत्वावर, कामावर आणि प्रामाणिक हेतूवर विश्वास असावा लागतो. म्हणजे ही दोन बाजूंनी घडणारी प्रक्रिया असते. एका बाजूला परिवर्तन घडवायचे आणि बदल घडत असताना लोकांना आपल्याला काय अपेक्षित आहे ते अचूकतेने पोहोचवण्याचं कसब हवं. आणि सामाईक ध्येय गाठण्यासाठीची दृष्टी विस्तारायला हवी. त्यामुळे धोरणात्मकदृष्ट्या पाहता, लोकांमध्ये विश्वास जागृत करणं आणि परिवर्तनाची क्षमता यांचा समतोल साधणं हे अत्यंत महत्त्वाचं ठरते. यामुळे दूरगामी उद्दिष्टं गाठण्यासाठी आवश्यक असणारी स्फूर्ती आणि दिशा यांचं एकीकरण साध्य होईल आणि अर्थातच सांघिक ध्येय गाठण्यासाठीची बांधिलकी सिद्ध होईल.

दूरदृष्टी असणाऱ्या नेत्यासाठी हे समजून घेणंसुद्धा आवश्यक ठरतं की, स्वतःच्या चुका खुलेपणानं मान्य करणं आणि ते करत असताना जीवनात सुधारणा घडवून आणण्याचे काम करणं. जीवन हे जलद गतीने धावत असतं, त्यामुळे अशा सर्व गोष्टींना स्वीकारत, तोंड देत देत आणि स्वच्छ मनानं चुकांचा स्वीकार करत पुढे जाणं महत्त्वाचं ठरतं.

तसेच नेत्याकडे एक अगदी मूलभूत साधेपणा हवा, त्यामुळे त्याची विचारधारा निर्मळ राहते, विचारधारा स्वच्छ आणि निर्मळ असणं ही थोर नेत्याची आणि मोठमोठ्या लोकांची खूण म्हणता येईल! हा गुण आपल्याला फार मोठ्या उंचीवर घेऊन जातो. त्यामुळे आपल्याला वास्तविक आयुष्यात ऊर्जा भरण्याची परिस्थिती निर्माण व्हायला मदत होते तसेच हाती घेतलेल्या उद्दिष्टांमध्ये शुद्ध उत्कट भावना ओतता येते.

सरतेशेवटी, दूरदृष्टी असणाऱ्या नेत्याला आवश्यक असणारी आणखी महत्त्वाची गोष्ट म्हणजे हाती घेतलेलं कार्य किंवा ध्येयपूर्तीसाठी कामाची आकडेवारी नव्हे, तर गुणवत्ता महत्त्वाची ठरते. तुम्ही छोट्या छोट्या गोष्टी करा, अगदी एकच काम हातात घेऊन करा, पण जे काम कराल ते उत्कृष्टपणे करा! त्यावरूनच तुम्ही जगाला दाखवून देऊ शकाल की तुमच्यावर दिलेली जबाबदारी तुम्ही तन-मन-धन अर्पून, पूर्ण आत्मा ओतून पूर्ण करत आहात. काम कितीही छोटं असो, पण तुम्ही ते निष्ठेने आणि विलक्षण जीव ओतून

उत्तम पूर्ण करू शकता. ही तुमची क्षमता जगाला त्यातून दिसेल की, आपल्याजवळ कृत्रिम प्लास्टिक फुलांचा भारंभार गुच्छ असण्यापेक्षा, एखादंच सुंदर, मोहक-परिपूर्ण रानफूल असणं केव्हाही चांगलंच!

एक लक्षात ठेवा- तुम्ही आपल्या परीने भले छोटं का असेना, पण योगदान देऊन जगात बदल आणि परिवर्तन घडवून आणण्यासाठी इतरांना स्फूर्ती देण्याची ताकद बाळगून असता. तुमच्या जवळच्या त्या ताकदीअनुसार तुम्ही काहीतरी वेगळं, एकमेव असं काही निर्माण करू शकता. एखादं काम तुमच्यासाठी करण्याजोगतं असं फारच छोटं, लहान आहे असे कधीच समजू नका. एका मोठ्या प्रवासासाठी, लांबचा पल्ला गाठण्यासाठी पहिलं पाऊल उचलणं महत्त्वाचं असतं. त्यामुळे छोटी छोटी पावलं टाकत चला. मगच तुम्ही खूप दूरवर जाऊ शकाल आणि तुम्ही जे क्षितिज नजरेच्या टप्प्यात ठेवलंय त्याकडे जाऊ शकाल.

आपला नवीन भविष्यकाळ शोधण्यासाठी छोटी छोटी पावलं टाकत चालत राहणं जरुरीचं. उत्कृष्टतेची ती महत्त्वाची खूण आहे. तुम्हाला मग जाणवेल की उद्दिष्टापर्यंत पोहोचण्याची अंतिम रेखा तुम्ही अपेक्षेपेक्षाही लवकर गाठलेली आहे. हे असं छोट्या छोट्या उद्दिष्टांकडे कायम लक्ष पुरवणं यामुळेच संशोधक आणि खरे नेते हे अनुयायांपेक्षा वेगळे ठरतात; हा मुख्यतः वृत्तीचा सवाल असतो. तुम्ही तुमच्या परीने जे काही कराल त्याने अचानक फार मोठी क्रांती होणार नसली, तरी त्या तुमच्या कृतीमुळे काही चांगलं, काही सुंदर, काही विलक्षण आणि मनाला समाधान देणारं नक्की घडणार असतं.

एक महत्त्वाची गोष्ट म्हणजे तुम्ही तुमच्यामधल्या नकारात्मक प्रवृत्ती वेळीच ओळखून आणि इतरांमधल्याही नकारात्मक प्रवृत्ती वेळीच ओळखून त्यांना आळा घालणं हे चांगला नेता या नात्यानं महत्त्वाचं ठरतं. त्यामुळे तुम्ही तुमच्या संघसहकाऱ्यांना बरोबर घेत तुमच्या दूरदृष्टीने निश्चित केलेल्या ध्येयाप्रति निश्चित जाऊ शकाल. आता थोडक्यात गोळाबेरीज मांडायची झाली, तर असं म्हणता येईल की दूरदृष्टी असणारा नेता त्याला म्हणावं- जो ज्या गोष्टी महत्त्वाच्या नाहीत, त्यांना ठामपणे 'नाही' म्हणू शकेल आणि ज्या गोष्टी महत्त्वाच्या आहेत त्या प्राधान्याने करायला होकार देईल!

दूरदृष्टी असणाऱ्या नेत्यामध्ये आणि अदूरदर्शी नेत्यामध्ये असणारा आणखी एक फरक म्हणजे दूरदर्शी नेते हे आपल्या भूतकाळातल्या

कामगिरींवर कधीही खूश होऊन रममाण होत बसत नाहीत; तर उलट नवनवीन आव्हानांकडे आपला मोर्चा वळवतात, आणि नवीन आव्हानांच्या अगदी बारीकसारीक तपशिलांवर त्यांचं लक्ष असतं. कारण ते फार महत्त्वाचं असतं. त्यांना सर्व बारीकसारीक तपशील जोडून पूर्ण ध्येयनिश्चिती करणं महत्त्वाचं असतं - आणि त्यासाठी लागणारी माणसं कशी जोडायची तेही त्यांना माहीत असतं. त्यांना ठाऊक असते की, नवीन उद्दिष्टांमागे धावण्यात तसं नुकसान नसतंच; त्यामुळे ते निर्भीडपणे सामोरे जातात आणि आपल्या अंगभूत धैर्यामुळे आपल्या मनाला भावलेले काम करण्याची त्यांची तयारी आणि क्षमता असते. अदूरदर्शी किंवा अगदीच जवळचं, तेवढ्यापुरतं पाहणारी माणसं ही अमुक-एक संपत्ती, धन कसं मिळवावं - वगैरे विचारांतच असतात; तर दूरदर्शी माणसं गुणवत्तेला महत्त्व देतात आणि गुणवत्तेची निर्मिती करतात. ते कुठलीही गोष्ट गुणवत्तेची फूटपट्टी लावूनच मोजतात - आणि तशा फूटपट्टीमुळे क्रांतिकारी बदल घडवणं शक्य होतं.

एखाद्या गोष्टीकडे बघण्याची नजर अशी असते की, सतत एका दृढ विश्वासानं ध्येयाकडे पुढे चालत जाणं होत राहतं. आणि असा विश्वास असणं ही काही फक्त धर्माशी निगडितच गोष्ट नाही; तर नेत्यासाठी रोजच्या व्यावहारिक जगात, रोजच्या भौतिक जगातही तितकीच मध्यवर्ती गोष्ट असते. ज्या माणसांकडे इतर माणसे एक आदर्श म्हणून बघतात; ती माणसं गतकाळाला चिकटून बसत नाहीत, उलट कितीही निराशाजनक गोष्टी घडल्या असल्यातरी ती पुढे पुढेच जातात. अशीच माणसं वीरोचित कृत्य करून पुढे वीर, पराक्रमी म्हणून गाजतात. ज्यांना शूरवीर मानलं जातं ती माणसं काही असाधारण माणसं नसतात, तर सर्वसाधारण माणसांप्रमाणेच असतात; फक्त कठीण समयी, ती अतुलनीय धैर्य दाखवतात आणि सर्वांत महत्त्वाचं म्हणजे दूरदर्शी नेत्याचं चित्त नेहमी शांत, स्थिर असतं. ते आपल्याच मनातल्या विचारांकडे त्रयस्थपणे पाहू शकतात. आणि म्हणून ते आतून येणाऱ्या, मनाच्या तळाशी असणाऱ्या गाभ्यातून खोलवर विचार करून त्यानुसारच कृती करतात, अतिशय शांत चित्तानं आणि संयमानं वागत असतात. यामुळे विस्तारित मनाचा अवकाश तयार होतो आणि दूरदर्शी नजरेमुळेच तसं शक्य होत असतं. असे नेते मग दूराग्रही वृत्तीनं आपल्या विचारधारेचा विचार करतात. त्यांचा आतला आवाज हा त्यांच्या मनावर

उठणाऱ्या विचारतरंगांचंच प्रतिबिंब असतं. आपल्याला काय बनायचंय, हे त्यांना पक्क ठाऊक असतं. त्यांना त्यांच्या संघटनेची पूर्ण माहिती असते. त्यांना माणसे कळतात. आपल्या संघटनेची उत्क्रांती कशी होईल याचीही माहिती असते. त्यामुळे ते निश्चित निर्धाराने आणि पूर्ण स्वच्छ कल्पनांच्या साहाय्याने गोष्टी पुढे नेऊ शकतात - आणि त्यांना अभिप्रेत असणाऱ्या मार्गाने ते जग बदलू शकतात आणि म्हणून ते उत्कृष्ट नेते असतात, त्यांचं ते खरं यश असतं.

प्रकरण सोळावे

स्वीकृतीची ताकद

__धडा :__ छोट्या छोट्या गोष्टींनी, क्षुल्लक घटनांनी मन:शांती आणि मनाची परिपक्वता ढळू न देणे म्हणजे मनाची स्वीकृतीची ताकद! उत्कृष्ट नेते आणि थोर माणसे हे नकारात्मकता आणि टीका ही स्वत:वर ओढवून, चिकटवून घेत नाहीत; ते त्या भोवतालाचं संपूर्ण चित्र जोखतात. ते त्यातले सगळे बारीकसारीक तपशील ध्यानात घेत असतात; परंतु अति भावनाप्रधान क्रिया होत नाहीत किंवा प्रतिक्रिया देताना अतिशयोक्तीकडे झुकत नाहीत. अशा प्रकारच्या भावनेवर नियंत्रण ठेवण्याच्या वृत्तीमुळे आपली आंतरिक शक्ती वाढते आणि व्यक्तिमत्त्वाला वजन प्राप्त होतं. त्यामुळे नैसर्गिकच आदराचं स्थान लोकांच्या मनात मिळवू शकतो.

चांगल्या नेतृत्वशैलीचा गाभा म्हणजे हिंदू तत्त्वज्ञानामधली जी संपूर्ण स्वीकारायची भावना आहे ती! ती अशी वृत्ती आहे ज्यामुळे, आपले जीवन आपल्या समोर जे जे आणेल त्याचं अत्यंत आनंदाने स्वागत करून ते सहजपणे स्वीकारण्याची सहजस्थिती बनते. मग भले आपल्या समोर उभी राहिलेली परिस्थिती अनुकूल असो वा प्रतिकूल; आपण न घाबरता, त्याचं पूर्ण मनापासून स्वागत करतो, स्वीकारतो.

अशा स्वीकारण्याच्या वृत्तीमुळे, परिस्थितीतले उतार-चढाव काहीही असले तरी आपण मनोमन केंद्रित राहतो आणि हेसुद्धा उत्तम नेत्याचं लक्षण

आहे. मनातून आतल्या आत अत्यंत आनंदी आणि सकारात्मक राहणं, वातावरण बदलो, हवामान बदलो - बाहेर पाऊस पडत असो, पावसाळा असो, उन्हाळा असो, हिवाळा असो वा पानगळ- आपल्या देहांतर्गत, मनाच्या आतलं हवामान बदलत नसतं. ते कायम सकारात्मक असते स्वीकारण्याची वृत्ती ठेवूनच असतं. त्यामध्ये हे किंवा ते- असा निवडीचा पर्याय ठेवत नसतो कुणी!

अशा प्रकारे परिस्थितीचा स्वीकार ही 'पूर्णते'ची संकल्पना! पूर्णत्वाची विचारसरणी! मूलत: आपण कृतज्ञतेच्या अपरंपार भरलेल्या भावनेनं काम केलं पाहिजे आणि हेही समजून घ्यायला हवं की, आपण आपल्या अस्तित्वाच्या अगदी गाभ्यातून काम करायला हवं आणि वरकरणी दिसणाऱ्या एखाद्या घटकामुळे, गोष्टीमुळे चित्त विचलित होऊ न देता पूर्णपणे भारून, मनाच्या खोलीपासून अंतःकरणपूर्वक काम करायला हवं. हे एकदा समजून घेतलं की मग आपल्याला गतिशील कृतीची कंपने जाणवतील.

एखाद्या पुरुषाची समस्या ही असते की, तो बहुतांश वेळा गोंधळलेल्या स्थितीत असतो. बदलत्या परिस्थिती-अनुसार तोसुद्धा हिंदकळत, एका कंपनाकडून दुसऱ्या कंपनाकडे हेलकावे खात असतो. परंतु एखादा उत्तम नेता हा स्थिर प्रवृत्तीचा असतो. चांगला नेता बदलानुसार चटकन स्वत:ला जुळवून घेतो आणि अशा प्रकारचं सातत्य हे त्याच्या आतमधल्या जाणिवेमुळे शक्य असतं. आपण तसं करू शकलो तर मग आपलं काम आणि आपलं जीवन कृतकृत्य होऊन जातं. तुमचे जगाकडे रोखलेले बाह्य चक्षू काय दाखवत आहेत त्याने फार मनाला लावून घेऊ नका, जे तुमच्या मेंदू व डोक्याला दिसणारं, त्यावर क्रिया करून तुम्हाला समजावून देत असतो.

आपल्या अंतःचक्षूंकडे नीट लक्ष देऊन राहा. तुम्हाला जे अंतर्ज्ञान होत असते त्याकडेही ध्यान असू द्या- जे तुम्हाला इशारा देत असते त्याकडेही ध्यान असू द्या. जे तुम्हाला इशारा देत असतं की, बाहेरच्या जगात अगदी हजार घटना घडोत; पण तुम्ही त्यामुळे तुमचं चित्त विचलित होऊ देता कामा नये. त्यामुळे तुमचं चित्त विचलित होऊ देता कामा नये. त्यामुळे एरवी सामान्य माणसं सामान्य जीवनात जसं वागतात तसं तुम्हाला वागायची वेळ येणार नाही.

बऱ्याचदा लोक वेड्यासारखे एकामागोमाग एक धडाधड काम संपवण्याचे कार्य सोपवल्यागत आपली कामं करत सुटतात - अगदी एका

परिस्थितीतून दुसऱ्या परिस्थितीत जात - कारण त्यांनी अंतर्गत सुसूत्रता आणि एकत्रीकरण साध्य केलेलं नसतं. परंतु एका चांगल्या नेत्याकडे मात्र त्याने आपल्या अंतर्गत स्थितीची अचूक मांडणी केल्यामुळे आयुष्यातल्या वेगवेगळ्या पट्टींतल्या सुरांना तो एकत्र एका सुंदर संगीत-मेळात गुंफू शकतो.

एखादं उत्तम नेतृत्व म्हणजे वेगवेगळ्या पैलूंना सुंदर एकत्रित सुसंवादी बनवणे. परिस्थिती बदलत असते. आपलं आयुष्य म्हणजे जणू एक चक्र आहे, हे समजून घ्यायला हवं. किंबहुना बुद्ध आणि अनेक जुन्याजाणत्या थोर मुनींनी आणि सिद्ध पुरुषांनीही तेच म्हटलं आहे; आणि हे आयुष्याचं चक्र अव्याहतपणे फिरत असतं, त्यामुळे एखाद्या क्षणी गोष्टी मनासारख्या घडत नसतील तर त्यामुळे खट्टू व्हायचं कारण नाही- कारण जे वर जातं ते खालती येणारच असतं, परंतु मनाच्या आत-अंतर्मनाच्या खोलीवर मात्र तुम्ही असं वर-खाली जात राहण्याची गरज / आवश्यकता नसते. तशा वर आणि खालच्या स्थितीवर तुम्ही अवलंबून असता कामा नये.

उत्क्रांत झालेल्या, ज्ञान संपादन करण्यात यश आलेल्या माणसाला दुःख आणि सुखामधले चलनवलन समजून घेणं गरजेचं असतं. एखाद्या क्षणी एखादा सुखी असतो. पुढच्याच क्षणी तो दुःखी असतो. तरी तुम्हाला एक चांगला नेता या नात्याने त्या सुखदुःखाच्या क्षणाच्या पलीकडे तुम्हाला पोहोचायचं असतं. आपल्या आतल्या भावनिक स्थितीमध्ये बदल घडवून आणण्याचं काम आपल्या आयुष्यात असणाऱ्या विवंचनांची स्पंदनं करत असतात- जी आपल्याला पूर्ण ऊर्जा, विचार आणि कृती यांपासून वंचित ठेवत असतात. आयुष्यात येणाऱ्या अशा भावनिक लाटांच्या भरती-ओहोटीच्या अवस्थांबरोबर आपणही शांत होणं, रिलॅक्स होणं हेच खरं इंगित असतं.

तुम्ही जर त्या लाटांवर उत्तम प्रकारे स्वार होऊ शकलात, तर तुम्हाला कुठलीच नकारात्मकता जाणवणार नाही. तुम्हाला हेसुद्धा लक्षात येईलच की, सकारात्मकता हीसुद्धा शाश्वत काळासाठी नसतेच. तुमची दोन्हींसाठी तयारी हवी. सत्याचं उच्च स्थान गाठण्यासाठीची क्षमता अंगी असण्यासाठी अशा प्रकारच्या तयारीने सज्ज असणं, हेच मूळ रहस्य आहे, तुमचं सर्वोच्च स्थान गाठून तिथे राहण्यासाठी!

त्या उच्च गोष्टीचं बीज आपल्या मध्येच असतं. फक्त ते खूपच छोटं असतं, जेणेकरून ते अंकुरून, वाढून त्याचं रोपटं फुलून झाड होण्यासाठी!

त्याला सर्व प्रकारच्या वातावरणाला तोंड द्यावं लागतं. सर्व प्रकारचे ऋतू- त्यातून तावून सुलाखून मगच ते खऱ्या अर्थाने फुलून वाढू शकते. आणि उत्तम नेतृत्वाचे ते खरे गुण! एखाद्या गोष्टीला रुजवून, अंकुर आणून- तिचं फळं देणाऱ्या वृक्षात रूपांतर करणे यासाठी धैर्याची गरज असते. यासाठी स्वतःला त्या परिस्थितीत झोकून द्यावं लागतं. परिस्थिती काहीही असो, मग ती सकारात्मक असो वा नसो- कशालाही घाबरायचं नाही. बरेच लोक नकारात्मक किंवा प्रतिकूल परिस्थिती समोर आली किंवा परिस्थिती तशी बनल्याचं त्यांना वाटलं तर गळपटतात. पण अशाच परिस्थितीत साधारण नेता आणि उत्तम नेता यांमधला फरक कळून येतो. उत्तम नेता अशा वेळी सर्वसाधारण प्रतीच्या नेत्याहून वेगळा ठरतो; कारण तो घाबरत नाही- हातपाय गाळत नाही आणि म्हणून अंगावर येणारी लाट जरी मोठी असली तरी तो त्यात बुडून जात नाही. तो उलट त्या लाटेवर स्वार होऊन जातो. तो त्या परिस्थितीशी कसाबसा लढत बसलाय, झगडतोय असं होत नाही. तो लाटेबरोबरच जात राहतो. आणि असं त्याचं लाटेबरोबर असणं- लाटेबरोबर जाणं म्हणजेच त्यांची अंतर्गत मानसिक आणि आध्यात्मिक प्रवाही अवस्था, जी त्याच्या पूर्णत्वाचं गुपित असते. अन्यथा, सर्वच गोंधळाची परिस्थिती असू शकेल.

आयुष्य हे इतकं गतिशील, गतिमान प्रकृतीचं असतं ज्यामुळे ते एका परिस्थितीतून दुसऱ्या स्थितीत जात राहतं. सतत बदल घडत राहतात. पण तुम्ही जर आयुष्याची व्यवस्था म्हणून बदलला स्वीकारलंत; तर त्यामुळे तुमच्यामध्ये एक वेगळीच ताकद निर्माण होते. आणि हीच ताकद मग तुम्ही ज्यांचे नेतृत्व करत आहात, त्या तुमच्या अमुक संघाला मिळते. लोक हे सुख आणि वेदना यांपैकी एकाची निवड करत राहतात; परंतु जो खरा अध्यात्म जाणणारा असतो त्याला हे ठाऊक असतं की, या सुख आणि वेदनेच्या दोन ध्रुवांमध्ये कुठेतरी एक शांत आंतरिक स्थितीची समतोलाची जागा असते. अशी आंतरिक शांततेची स्थिती ही अशी वृत्ती असते; जीमुळे आपण कशाहीपासून सुटकेची धडपड करत नसतो, तर उलट आयुष्य जे समोर आणेल त्याला तोंड द्यायला सिद्ध असतो. आपण सुख आणि दुःखाच्याही पल्याड जातो. आणि तेव्हाच आपल्याला तो दिव्य आनंद मिळतो. आपण जर आपल्या समोर असणाऱ्या परिस्थितीच्याही पलीकडे बघायला शिकलो आणि परिस्थितीमुळे आपले चित्त विचलित होऊ दिलं

नाही; तर आपल्याला ते पूर्णत्व प्राप्त होऊ शकते. पुराणांमधल्या सर्व शूर पुरुषांचं हेच रहस्य आहे. सध्या परिस्थितीला ओलांडून पुढे पुढे जात उच्च आनंदाच्या स्थितीला, त्या अनुभूतीकडे जाणं हे त्यांना सहज जमतं.

तुम्ही विश्वास ठेवायला शिका आणि स्वत:ला मोकळं ठेवत, मुक्त करत आपल्या कामाप्रति संपूर्ण ऊर्जा ओता. काहीही हातचं राखून ठेवू नका. तुमच्यामध्ये अमर्याद ऊर्जा आहे, न संपणारी. मग राहतं काय- तर परिस्थिती स्वीकारून, आव्हानं स्वीकारून पुढे जाणे! तुम्हाला हेच हवं असतं ज्याच्यामुळे परिस्थिती नव्हे, तर गोष्टी ठरत जातील. तुमच्यामध्ये सर्व क्षमता ठासून भरलेली आहे. गरज इतकीच आहे, तुम्ही तुमचं संपूर्ण सर्वस्व त्यात ओतण्याची!

प्रकरण सतरावे

'कर्मयोग'

***धडा :** कर्मयोगाचं आध्यात्मिक तत्त्वज्ञान सांगतं की, कुठल्याही भीतीला मनात थारा न देता आणि कुठल्याही सीमांनी बद्ध न होता आपलं काम करत राहा. त्याचा अर्थ आपला अहंकार, अहंभाव पूर्णपणे बाजूला सारा आणि आपली कृती करा व विचार करा. त्यातूनच तुम्ही धाडसी आणि गतीशील बनाल. नेत्यांसाठी हे महत्त्वाचं तत्त्वं आहे - तसंच ज्यांना खरंखुरं यश हवं आहे त्यांनाही हे उपयुक्त असणारं तत्त्व आहे. याचा अंगीकार केल्यानं मन मुक्त होईल, आणि आपण क्षुद्र, कोत्या विचारांच्या व अपेक्षांच्या पलीकडे जाऊ शकू. आपल्या आयुष्याच्या आणि नेतृत्व-क्षितिजाच्या वाढीसाठी, विस्तारासाठी कर्मयोगाचं आचरण फार महत्त्वाचं ठरतं.*

कर्मयोगाचं गुपित म्हणजे त्यामुळे एखाद्याची दृष्टी बदलायला मदत होते आणि आपण केवळ बाह्य जगाकडे न बघता आपल्या आत खोलवर बघू लागतो. कामाच्या धबडग्यात आपण कायमच बाह्य जगात गुरफटलेले असतो. अशा वेळी, क्वचितच कुणी ह्यावर जोर देतं की आदर्श नेता, कर्मयोगी हा तोच असतो- जो बाह्याकृतीकडे लक्ष केंद्रित न करता सूक्ष्माकडे दृष्टी ठेवून असतो. दुसऱ्या शब्दांत सांगायचं, तर आपल्या जाणिवांचा प्रवाह हा भौतिक घटनांना जन्म देत असतो.

कुठल्याही कामात आपली आतमधली वृत्ती ही महत्त्वाचा घटक असते. आणि हे अंतर्मनाचं, अंतर्वृत्तीचं तत्त्व समजून घेतलं की आपण नेतेपदी असतानासुद्धा मोठमोठ्या समस्या उभ्या ठाकल्या तरी शांत चित्तानं तोंड देऊ शकतो.

कारण, तुम्ही हे जाणता की तुम्हाला ज्यावर लक्ष केंद्रित करायचं आहे त्या गोष्टी या वरकरणी जाणवणाऱ्या बाह्य निकालांवर अवलंबून नाही आहेत. त्यामुळे तत्क्षणी त्या निकालांपासून तुमची चिंता दूर निघून जाते आणि मग तुमचं काम खऱ्या फलप्राप्तीच्या दिशेनं आगेकूच करतं. आणि आता त्या कामामध्ये तुम्ही तुमची अविचल ऊर्जा एकवटलेली असते. तुम्ही आतून पूर्णपणे शांत आणि स्थिरवृत्ती असता आणि तुमच्या तशा स्थिर, शांत वृत्तीमुळेच तुमची कृतीसुद्धा जलद होते. त्यामुळे कर्मयोगाच्या दृष्टिकोनातून विचार करता तुम्ही भौतिक गोष्टींमधला आणि भौतिक निकालांमधला तुमचा ध्यास पूर्णपणे मनातून काढून टाकता, तुम्ही आता स्वतःच्या आत-मनाच्या अंतर्भागात लक्ष केंद्रित करता. आणि यामुळेच तुम्ही खऱ्या अर्थाने चेतनामय होता, त्यामुळे तुमची प्रत्येक कृती ताजी, टवटवीत दिसते.

तुम्ही कृती करताना जी ताकद, ऊर्जा लावता, ती तुमच्याच अंतर्भागात असते, आणि ती भोवतालच्या भौतिक जगतातल्या ऊर्जास्रोतापेक्षा उच्च प्रतीची असते. हाच तो स्रोत असतो जिथून तुमचा 'शहाणपणा' येत असतो. ते तुमचंच आंतररूप असतं! याचं भान असले की तुम्ही चिंतेविना आणि स्वत:विषयाच्या जाणिवेशिवाय काम करू शकता, आणि तसे केल्यानं तुम्ही इतक धाडस गोळा करता की तुम्ही खोल अंतामध्ये उडी मारू शकता. तुम्हाला कशाचीच भीती वाटेनासं होतं. कारण तुम्हाला आता कुठलीच गोष्ट घाबरवू शकत नसते. तुम्ही जे काम करता आहात त्याचं यश किंवा अपयश हे केवळ एक दुय्यम उत्पादन म्हणता येईल; पण ते आता जास्त प्रकर्षाने, जास्त शुद्ध बनून समोर येते- कारण तुम्ही करत असलेल्या कामाबरोबर पूर्ण गुंतून वाहत जात असता. आपल्या कामाचा निकाल कसा असेल, काय असेल, याचा विचार करून तुम्ही गोठत नाही किंवा एका जागी अडकत नाहीत. त्यामुळे नेतृत्वगुणांकडे बघताना ही सकारात्मक वृत्ती म्हणता येते.

लोकांचे अहंकार डोकावत असल्यामुळे अनेकदा कामासंबंधी आणि नेतृत्वासंबंधीच्या समस्या ह्या नकारात्मतेभोवती घुटमळतात. जिथे अहंकार येतो तिथे नकारात्मकता येतेच! आपण जेव्हा अंतर्बाह्य मुक्त असतो तेव्हा

आपण खरं स्वातंत्र्य अनुभवतो आणि त्याचबरोबर आपल्या जीवनरसांतून मिळणारी शुद्ध ऊर्जा अनुभवता येते. कुठेही मानसिक अडथळे नसल्यानं सर्व अवयव आणि इंद्रिये एकरूप होतात. त्यामुळे आपण आपले काम मोठ्या आनंदाने करू शकतो. आणि मग तुमचा तो आनंद जणू सांसर्गिक बनतो. तो तुमच्यामधून एक सळसळती सकारात्मक लहर उत्पन्न करतो– जी आजूबाजूच्या सर्वांपर्यंत पोहोचते आणि मग ज्याला 'शून्यत्व' म्हणतात; अशा त्या खोल पोकळीतून तुम्ही काम करू लागता व मग तुम्हाला आता कोणापासून इजा होण्याचं भय न उरल्यानं, तुमची स्वतःभोवतालची स्वसंरक्षणाची आयुधं गळून पडतात.

अशी स्वसंरक्षणात्मक आयुधं किंवा भिंत घेऊन वावरणं ही खरी लोकांची समस्या म्हणता येईल, ज्यामुळे त्यांना अपयशानं त्रास किंवा इजा होत नाही; परंतु कर्मयोगी मात्र स्वतःची दुर्बलता अशा प्रकारे स्वीकारतो की, त्याच्या कृतीची गुणवत्ता बदलते. त्यामुळे खरं म्हणजे कृतीवर जोर नसून, कृतीच्या गुणवत्तेवर असतो. एखादी कृती करताना बऱ्याच लोकांची ऊर्जा त्यांना त्या स्वतंत्रतेच्या उंबरठ्यापर्यंत घेऊन जाऊ शकत नाही; कारण त्यांना निकालाविषयीच्या भीतीने चहुबाजूंनी वेढलेले असते, त्यामुळे त्यांच्या हातून मोठमोठी कामे होऊ शकत नाहीत. पण तरीही आपल्यातल्या प्रत्येकाजवळ आयुष्य पलटवणारी आणि परिस्थिती पलटवणारी प्रचंड ऊर्जा असते. गरज असते ती उत्साहाने आणि अत्यानंदानं भारून वाहण्याची! पण ते तसं घडण्यात अडचणी येऊ शकतात. जर का आपण असा विचार करू की, आपल्याला पुढे जाऊन मिळणाऱ्या मार्गावर खाचखळगे तर नसतील ज्यामुळे आपण धडपडू आणि पडू! म्हणून भगवद्गीतेमधून श्रीकृष्णाने सांगितल्यानुसार कर्मयोग्याला हे समजून घ्यायला हवं की एक मार्गदर्शक आपल्या प्रत्येकाच्या आत आहेच. आपल्याला इतकंच करायचंय की त्या मार्गदर्शकाला वर काढायचंय आणि मग आपसूकच आपल्याकडून योग्य काम करवून घेईल. तो आपल्या आतमध्ये असणारा मार्गदर्शक सांभाळणं हेच खरं काम बस्स! तो आपला सर्वांत महत्त्वाचा अवयव (घटक) म्हणता येईल. त्याच्या पुढे तर आपण स्वत:ला सीमित समजण्यापासून बाजूला होत, आपल्या कामात ती विलक्षण चेतना आणि सर्जनशीलता असल्याचं दर्शवतो. आपण दु:खीकष्टी असलो तर आपल्या हातून उत्तम काम किंवा उत्तम सर्जन निर्माण होत नाही. आपण आध्यात्मिकदृष्ट्या परिपक्व असलो

की हातून सर्जनशीलता फुलतेच! तुम्ही तुमच्या आयुष्याचं आनंदी गाणं, तेही अशा तीव्रतेने गायचं की ते तुम्हाला तुमच्या जाणिवेच्या सर्वांत वरच्या उच्चतम पातळीवर घेऊन जाईल. तुमच्या आतलं तुमचं 'स्व'त्व स्वतःला ज्या प्रकारे मुक्तपणे व्यक्त करेल, त्यानुसार तुमची ताकद आणि धैर्य ठरेल!

त्यामुळे कर्मयोग अशी एक स्थिती तयार होते, जिथे आपल्या आतमधलं स्वत्व, अस्तित्व, लपलेली आपलीच ओळख यांना या भौतिक जगामध्ये ज्या प्रवासाकरिता पाठवलंय ते सगळं मुक्तपणे, विनाअडथळा आनंद घेत अनुभवता येईल. एखाद्या नेत्याच्या, एखाद्या यशस्वी साधकाच्या नजरेतून पाहिले तर आपण एखाद्या कुठल्या विशिष्ट घटनेवर आपल्या आशाआकांक्षा अवलंबून ठेवायच्या नाहीत; तर उलट आपण तो क्षण, ती घटिका ही शक्य होईल तितक्या ताकदीने आणि सुरेख प्रकारे जगून घ्यायची. आपल्या विचारधारेमध्ये किंवा विचारप्रक्रियेमध्ये एक समस्या अशी असते की त्यामुळे बऱ्याचदा द्वेष, मत्सर, अहंकार, तुलना वगैरे गोष्टी जन्माला येतात. त्यामुळे आपण त्या सर्वांच्या पलीकडे जात त्या एका शुद्ध मोकळ्या ठिकाणाकडे पाहायला हवं- जी आपल्याला उत्तम निकाल (रिझल्ट) देणारी तर असेलच; पण त्याच बरोबरीने जाणीव देणारी असेल. आपल्याला हवे असणारे निकाल हे तर आपसूकच मिळतात. नंतर एकदा का आपण तो प्रवास आनंदाने जगायला सुरुवात केली की, आपण आपल्या नियोजित स्थळी अगदी विनासायास पोहोचू शकतो. आपला प्रवास जलद तर होईलच; पण एका आनंदी स्थितीतही होईल. आणि तसं करू शकण्याचा गुणधर्म आपण नेता या नात्याने जगामध्ये आत्मसात करायला हवा. कर्मयोग म्हणजे आपल्याला आपलं काम हे जास्त प्रयत्नांचा जोर लावून आणि जास्त जाणिवेने करायला लागण्याची जाणीव असणं आणि तसं करणं! आणि ह्यातला निर्धारित करणारा घटक म्हणजे आपण आपल्या आतमधल्या 'स्व'शी कितपत लक्ष देतोय, आपल्या आतल्या मोठमोठ्या शक्यतांबाबत कितपत सजग आहोत.

आपण मानवाच्या इतिहासात गेल्या हजारो शतकांपासून हे बघत आलोय की, जे खऱ्या अर्थाने महान मानव असतात त्यांच्या वागण्याबोलण्यात एक ऐट असते, डौल असतो, आपल्या स्वतःच्या कामांमध्ये त्यांनी प्रचंड रस घेतल्यामुळे त्यांची कार्यक्षमता दिसून येते. ते भोवतालच्या परिस्थितीला सहन करत, सोसत जगत नाहीत- तर उलट ते

परिस्थितीला हसत हसत सामोरे जातात. जणू त्यांना कुठलाच त्रास स्पर्श करू शकत नाही. ते अशा एका स्थितीत असतात की, त्यांना अहंकाराला उत्तर देण्याची गरजच भासत नाही, त्याउलट ते शांतपणे आपल्या आतल्या दृष्टीद्वारा दळणवळण साधतात.

अनेक भरमसाठ आणि प्रसिद्ध संशोधक असे आहेत- जे स्वतःच्या चाली रचण्यावर किंवा आकडेमोडीवर जास्त लक्ष देत नाहीत. पण ती मंडळी आपापल्या कामांवर अगदी उत्स्फूर्तपणे आणि अजिबात श्रम न करता काम करतात. अगदी जेव्हा एखाद्या प्रसंगी, खूप मोठा प्रयत्न करायची गरज असते; तेव्हासुद्धा ते अतिशय शांत, थंड डोक्याने काम करण्याची क्षमता बाळगून असतात आणि त्यामुळेच इतरांना न जमलेली कामं ती सहज करू शकतात. कारण व्यवसायाच्या ठिकाणी व्यक्तिमत्त्वाचा खरा शिक्का म्हणजे जेव्हा तुमच्या आतमधल्या व्यक्तित्वाचं व्यक्तिमत्त्व तुम्हाला मुक्तपणे आणि स्वतंत्रपणे काम करू देतं! तुमच्या आतल्या, अंतर्भागातल्या 'स्व'कडून जेव्हा तुम्ही काम करता आणि उत्स्फूर्तपणे निकाल हाती येतो - तोच कर्मयोग!

प्रकरण अठरावे

दानशूर

__धडा :__ तुम्ही कंजुषी दाखवलीत तर व्यक्तित्व आक्रसेल, आणि दानशूरता अंगीकारलीत तर व्यक्तित्व जास्तच खुलेल. त्यामुळे 'देणारे' व्हा! दुसऱ्यांना तुमची उर्जा द्या - मग बघा- ती हजार पटींनी तुमच्याकडे परत येईल. महान नेतृत्व म्हणजे तुम्हाला आयुष्याने जे काही भरभरून दिलंय ते तुम्ही इतरांना भरभरून देणे आणि स्वत:ला प्रोत्साहित ठेवणे.

जो दानशूर, दानवीर नेता असतो- त्याला लोकांचा विशेष विश्वास प्राप्त होतो. भारतीय पुराणांमध्ये पराक्रमी योद्धा कर्ण हा विचारांनी आणि आचारांनी प्रचंड दानशूर असल्याचं सांगितलं जातं आणि जरी महाभारताची कथा ही त्याच्या दुर्दैवी अंताबद्दल सांगते; तरी तो नि:संशयपणे सर्व पांडवांपेक्षाही उत्तुंग व्यक्तिमत्त्वाचा ठरतो, ते त्याच्या या विशेष दानशूरपणाच्या वृत्तीमुळे! आजसुद्धा त्याचे दोष माहीत झाले तरी तोच महाभारतामधला खरा वीरपुरुष आणि नायक म्हणून लोकांच्या लक्षात राहिलेला दिसतो.

मुद्दा असा की, तुम्हाला जर तुमच्या मागे समृद्ध वारसा सोडायचा असेल- तर त्यासाठी तुम्ही उदार असायला हवं. उदारता म्हणजे केवळ भौतिक गोष्टी दान करणं नव्हे. तर, तुमच्यामधली चांगली ऊर्जा इतरांबरोबर वाटणे, इतरांमध्ये पसरवणे, जेणेकरून इतरांचं कल्याण होईल. लोकांनी अकारण तुमचा फायदा घेता कामा नये- त्यांनी तुमच्या उदार वृत्तीचा आदर

करायला हवा, तुमच्यासाठी प्रसंगी धाडस करायला हवं आणि तुमचं नेतृत्व मान्य असल्यामुळे आणि तुमच्या आदरापोटी जोखीम उचलायला हवी.

पाश्चिमात्य देशांमध्ये एक जुनी भारतीय कथा नेहमी सांगितली जाते. एका धनगराची मेंढी हरवते आणि तो इतका कनवाळू असतो की, तो बाकीच्या मेंढ्या सोडून त्या एका मेंढीला शोधण्यामागे जातो, आणि अखेर ती सापडल्यावर तिला घेऊन तो आनंदात घरी परततो. खरं पाहता केवळ एका मेंढीच्या शोधासाठी त्याने जंगलात शिरण्याची तितकी आवश्यकता नसते; परंतु त्याच्या दयाळू, कनवाळू स्वभावामुळे त्याची कृती एक संदेश देऊन जाते की तो चांगला नेता तर असतोच- पण त्या कळपाचा उत्तम 'पालक'ही असतो. यामागे विचार असा सांगता येईल : आपल्या अगदी छोट्यातल्या छोट्या औदार्याच्या कृतीतून आपण आयुष्याचा अर्थ दाखवून देत असतो. आपले दयाळू मन (काळीज) त्यातून जगासमोर येत असतं. आपण अंत:करणापासून केलेली कृती आपलं नेतृत्व आणि आपल्या आयुष्याचे गुणधर्म यांना अर्थपूर्ण बनवत असते, आपण अंत:करणापासून कृती करत नसू तर ती कृती व्यर्थ ठरेल. उदारता म्हणजे तुमच्या स्वभावातली ऊब जी तुम्ही भोवतालात पसरवत असता, पण त्याचा अर्थ तुम्ही कमकुवत असता असा होत नाही. त्याचा साधा सोपा अर्थ इतकाच की तुम्हाला लोकांविषयी कणव आहे. तुम्ही लोकांपर्यंत जाता आणि सांगता त्यांना की, तुम्हाला त्यांच्याविषयी मनापासून ऋजू भावना आहे ते! आणि मग त्यामुळे तुमच्याबद्दलचा आदर वाढतो.

सरतेशेवटी, संघाचा विचार करता संघसहकाऱ्यांमध्ये असणारी भावनिक कंपनं ही सर्वांत महत्त्वाची गोष्ट असते. आणि असे भावनिक तरंग काही संघाच्या श्रेणीअनुसार येत नसतात. भावभावनांच्या प्रांतात उच्च-नीच श्रेणीचा संबंधच नसतो. एक उत्तम नेता हे बरोबर जाणतो. त्यामुळे लोकांची जाणीव बदलणं म्हणजे केवळ ज्ञान आणि माहितीचं आदानप्रदान नव्हे, तर संघसहकाऱ्यांमध्ये ही सुस्पष्टता असणं की, एकत्र आलो की आपण एकजुटीनं लढून जिंकू शकतो. एकत्र आलो की, अशी ताकद तयार होते जी अपयशी ठरत नाही. आणि हा विश्वास एक नेता आपल्या सहकाऱ्यांमध्ये आपल्या उदार वागणुकीने निर्माण करू शकतो.

वर्षानुवर्षं उत्तम नेते आपापल्या संघामधे अशी औदार्याची ऊर्जा हस्तांतरित करत आले आहेत. आणि आपल्या पुराणांमध्ये, इतिहासामध्ये

आणि जागतिक युद्धामध्ये याचे अनेक दाखले मिळत आले आहेत. अलेक्झांडरने त्याच्या विराट सेनेमध्ये हा विश्वास निर्माण केला होता की, तो पूर्णपणे त्यांचा आहे आणि त्यांच्यासाठी तो स्वतःचं सर्वस्व पणाला लावायला तयार आहे म्हणून! औदार्याच्या अशा वृत्तीइतकी दुसरी कोणतीही बाब स्फूर्तिदायक नसते. औदार्यामुळे लोकांना आपल्या स्वतःसाठी धैर्य गोळा करता येऊ शकतं आणि त्यामुळे अर्थातच उत्तम अपेक्षित परिणाम मिळत जातो. त्याचा आणखी फायदा म्हणजे नेत्याला स्वतःलासुद्धा खूपच महत्त्व मिळतं आणि ऊर्जाही मिळते. असा नेता आपल्या सहकारी संघाबरोबर जात असल्यामुळे त्याचा स्वतःची प्रभावळ, त्याची कामाची पद्धत आणि त्याच्या व्यक्तिमत्वामध्ये बदल घडतो आणि त्यामुळे इतरांमध्ये गतिशीलता आणि ऊर्जा पसरायला मदत होते.

प्रकरण एकोणिसावे

लीला : खेळकरपणाची कला

धडा : *आपण आपल्या जाणिवेमध्ये खेळकरपणाच्या भावनेतून आपल्यामधली प्रचंड ऊर्जा समजून घेऊ शकतो. आणि ही ऊर्जा सर्व पातळ्यांवरच्या नेत्यांसाठी आवश्यक आहे. यामुळे एखाद्याला अगदी कठिणात कठीण परिस्थितीसुद्धा सुस्पष्टपणे, वेगाने, शांत चित्ताने, शहाणपणाने आणिं उल्लासात तोंड देता येते. निर्णयक्षमतेमध्ये उत्तम दर्जा दाखवता येतो, आपल्याला चाकोरीबाहेर विचार करण्याची सवय लावून घेता येते आणि आपल्या सहजतेने इतरांनासुद्धा स्फूर्ती देता येते. खेळकरपणामुळे सर्व प्रकारचा मानसिक कोंडमारा आणि भीती दूर करता येते. खेळकरपणा म्हणजे आपल्यामध्ये असणाऱ्या चैतन्याच्या अस्तित्वाचं प्रतिबिंब असतं.*

तुम्ही आपल्या आयुष्यात आणि नेतृत्वशैलीत खेळकरपणा आणा. जगाच्या इतिहासातले कित्येक महान नेते हे खेळकर होते. उदाहरणार्थ– आब्राहम लिंकन. ते त्यांच्या नेहमीच्या महत्त्वाचे निर्णय घेण्याच्या प्रक्रियेमध्येसुद्धा एक प्रकारचा खेळकर आनंदीपणा दाखवून देत असत. ते जवळच्या लोकांना नेहमी किस्से आणि गोष्टी सांगत असत. राजकीय प्रांतांमधल्या व्यक्तींमध्ये नेल्सन मंडेला हेसुद्धा त्यांच्या मिश्किल व आनंदी स्वभावासाठी प्रसिद्ध होते.

हिंदुत्वाच्या आध्यात्मिक तत्त्वज्ञानातदेखील 'लीला' या प्रकाराला महत्त्व दिलं गेलं आहे. श्रीकृष्णाचा अवतार हा खेळकर लीलांसाठी सुप्रसिद्ध आहे. 'लीला' ही संकल्पना मुळात एक मुक्त शक्ती आहे. ती एखाद्याला विशिष्ट शैलीपासून मुक्त करते. सरतेशेवटी, खऱ्या नेत्याला लोकांसाठी काम करताना कुठल्याही अटी-शर्तींमध्ये गुंतून चालत नाही; आणि मग त्या अर्थाने, कुठलीही अपेक्षा न ठेवता, स्वतःच्या आनंदी वृत्तीने काम करताना एक प्रकारची ऊर्जानिर्मिती होते. प्रत्यक्षात सर्वच गोष्टी एकमेकांशी बांधलेल्या, नातं सांगणाऱ्या असतात. कुणीही एक स्वतंत्र बेट म्हणून जगत नसतो आणि एक नेता हा कायमच लोकांना एकत्र बांधून ठेवणारा असतो. खेळकर वृत्ती असेल तर लोकांना एकत्र ठेवणं, एकमेकांशी बांधणं सोपं जातं. हिंदू तत्त्वज्ञानात तेच नेमकं सांगितलेलं आहे. खेळकर बाण्यामुळे तुमच्या स्वभावाची खरी गुणवत्ता उच्च स्थानी पोहोचते. आपल्या सर्व सृष्टीच्या अस्तित्वाच्या पार्श्वभूमीवर, त्या अफाट अस्तित्वाच्या महासागराचा विचार करता, आपल्यातला प्रत्येक जण म्हणजे त्या महासागरातला एक बिंदूच असतो. परंतु प्रत्येक जण खेळकर वृत्तीमुळे त्या अफाट महासागरातल्या एकूण अस्तित्वाशी जोडला जातो. जर आपल्या सर्वच नेत्यांमध्ये एकूणातच मानवतावाद, शांततेप्रति आनंदाची भावना आणि जगभर भाईचारा वाढला, तर मानवजातीसाठी एका नव्या सुखी युगाची पहाट होऊ शकेल.

आपल्या मानवी समाजात बऱ्याचदा दोष निर्माण होतात. कारण आपल्यातल्या काही नेत्यांना वाटतं की, लोकांचं नेतृत्व सोपं जाण्यासाठी त्यांना नकारात्मकतेकडे झुकवत उकसवावं म्हणून! ही अत्यंत खेदाची बाब ठरते की, खूप नेते हे लोकांची एकमेकांप्रति सद्भावनेची क्षमताच नष्ट करतात. त्यामुळे लोक एकत्र येऊन 'एक समुदाय' म्हणून छान काम करूच शकत नाहीत. परंतु एखादा चांगला नेता मात्र सकारात्मक वृत्तीनं लोकांमध्ये चांगल्या योद्ध्याचे आदर्श निर्माण करतो - त्याचे आदर्श हे सहकार्यावर अवलंबित असतात, आणि त्यातच छोट्या चमूंमध्येही एकत्र येण्याचं बीज पेरलं जातं व घट्ट अनुबंध तयार होतात.

हे म्हणजे, लहान मुलांनी एकत्र येऊन आपापल्या छोट्या टीम्स तयार करणं आणि मग एखाद्या विशिष्ट खेळासाठी त्यांचे हे छोटे छोटे गट फारच सुरेख ताळमेळ साधतात. पण हे असं होतं, कारण ते अत्यंत खेळीमेळीत एकत्र येतात आणि मग मोठ्या माणसांपेक्षाही फारच लवकर त्यांचे खूप घट्ट

आणि एकमेकांप्रति छान नातं असणारे गट तयार होतात. म्हणून खेळकर वृत्ती फार महत्त्वाची आहे, त्यामुळे हाती घेतलेल्या कामात लोक चटकन एकरूप होतात. आणि त्यायोगेच लोकांना जाणिवेची अथांगता समजते व सारी मंडळी आपापल्या टीममध्ये सकारात्मक जाणीव किंवा जागृतावस्था तयार करतात. हा खेळकरपणाचा गुणधर्म तुम्ही तुमच्या आयुष्यावर उधळा आणि मग तुम्हाला जाणवेल की त्यामुळे तुम्हाला नवचैतन्य लाभेल. त्यामुळे तुमच्या अंगात सुखाचे, समाधानाचे चक्र तयार होईल; शांतीचं, शांततेचं आणि तुमच्या आतल्या आत एक आनंदी चक्र तयार होईल. आणि एक नेता या नात्याने तुम्हाला हेच अमलात आणण्याची गरज आहे.

तुम्ही जर स्वतःसाठी एक छान स्थिती शोधलीत, तर तुम्ही जे काम कराल ते आपसूकच सुसंवादी, थोर रचना असणारं असं होईल आणि तुम्हीसुद्धा काही गोष्टी एकत्र करून एक नवीनच सुंदर रचना निर्माण करू शकाल.

खेळकर वृत्ती म्हणजे सीमारेषा तोडणं, विरोध मोडून काढणं, सहकार्य भावना ठेवणं - आणि या सर्वच गोष्टी आपल्या चमूमधल्या लोकांना स्फूर्ती देण्यासाठी एका नेत्याला आवश्यक असणाऱ्याच आहेत. लोकांना फक्त बौद्धिक खुराक देऊन स्फूर्ती देणं पुरेसं नसतं; त्यांच्या आतमधल्या वृतीला चेतवणं, जागृत करणंही महत्त्वाचं असतं आणि आपल्या आतल्या वृत्तीला, भावनेला जागृत करण्यासाठी काही धमाल, आनंदी खेळीमेळीच्या कृती करण्याइतकी दुसरी योग्य गोष्ट कोणती? त्यामुळे साध्या, सामान्य माणसांतूनसुद्धा असामान्यत्व निर्माण होते.

आणि म्हणूनही, पण पुरातन हिंदू तत्त्वज्ञानामधे देवालासुद्धा एक 'खेळीया'च म्हटलेलं आहे; जो त्याच्या लहरीअनुसार हे विश्व घडवतोही आणि त्याचा विनाशही घडवतो. त्याच्या त्या खेळात आपण केवळ कलाकार (पात्रे) असतो, त्याने दिलेल्या कामानुसार आपापली भूमिका हसतखेळत पार पाडणारे! ही झाली आध्यात्मिक वृत्ती. अर्थात, आपण चिकाटी दाखवायला हवी, भरपूर मेहनत करायला हवी, पण त्याच वेळी आपण स्वत:ला किंवा आपल्या नेमून दिलेल्या भूमिकेला टोकाच्या गांभीर्यानेही घ्यायला नको असतं!

कुठलंही शक्तिशाली पद हे अल्प काळ टिकणारं असतं, तुम्ही कुठल्या स्थितीमध्ये असता ते महत्त्वाचं. तुम्ही ती सत्ता उद्या गमावता की

नाही त्याहीपेक्षा, तुम्ही तुमच्यामधली खेळकर वृत्ती जपायला हवी. तुम्ही तसे करू शकलात तर तुम्ही खऱ्या अर्थानं कृतकृत्य होणं ते हेच! तर्काच्या आणि आकडेमोडीच्या पलीकडे जाणारं ते महान कार्य म्हणता येईल. माणूस बऱ्याचदा टोकाची हिशेबी वृत्ती दाखवतो, ज्यामुळे तो काही वेळा सर्जनशील आणि गतिशील असत नाही. बऱ्याचदा अशा गोष्टींच्या रिझल्टचा हिशेब लावत बसणे हाच मोठा अडथळा ठरतो, नेत्याची मर्यादा ठरते. कारण तो जास्त मोकळा होऊन न वागता स्वतःभोवती कोश विणून घेतो. दुर्दैवानं आजकालचे बरेच नेते हे प्रचंड नकारात्मकतेने वागतात. ते लोकांमध्ये भिंती उभ्या करतात. ते लोकांना आणि विचारांना एकमेकांपासून दूर करतात. परंतु, खरा महान नेता जो असतो– तो स्वतः लोकांना आणि विचारांना मुक्त करतो, स्वातंत्र्य देतो आणि हे तो अत्यंत आनंदाने, खेळकरपणे सहजगत्या करतो. आणि अशा कल्पनांच्या विकेंद्रीकरणाने, कल्पना विखुरल्याने फार मोठे बदल शक्य होतात.

खेळकर असणं हे अंतर्मनाच्या शांतचित्ततेचं लक्षण आहे. आपल्या आतमधल्या दडलेल्या सर्व ऊर्जा एका शांत आणि गतिशील प्रवाहात रूपांतरित करण्याची ती प्रक्रिया असते; आणि जेव्हा आपण आपल्या आत दडलेल्या सर्व ऊर्जा खेळकरपणे एकत्रित करतो त्या वेळी आपल्या मार्गातले सर्व अडथळे दूर होतात.

मानवजातीला कितीही आणीबाणीच्या प्रसंगांना सामोरे जावं लागतं – मग त्या कधी पर्यावरणीय समस्या असोत, राजकीय असोत, धार्मिक असोत, राष्ट्रीय वा आंतरराष्ट्रीय असोत – वगैरे वगैरे. आपण अक्षरशः स्वतःचा विध्वंस करण्याच्या टप्प्यावर येऊन उभे आहोत आणि याचं बरंचसं श्रेय हे आपल्यामधल्याच वाईट नेतृत्वाला जातं. नेतृत्वाचा हा नमुना किंवा सध्याचं उदाहरण बदलून नेत्यांनी स्वतःला बदलायला हवं– आणि त्यांच्यात उत्क्रांती घडत, सहकार्याच्या जाणिवेने एकत्र येण्याची भावना रुजायला हवी. जे अस्सल नेतृत्व आहे त्याला कधी नव्हे इतकी आज सहानुभूती आणि जाणिवेची जास्त गरज आहे. नेतृत्वाला आता एका वैयक्तिक केंद्रीकरणाची गरज आहे.

एकेका व्यक्तीची जाणीव आणि जागृत मनोवस्था ही पूर्ण संस्कृतीच्या एकत्रित जाणिवेत जाऊन मिळेल याची जाण असणं गरजेचं झालेलं आहे. आणि चांगल्या नेत्याला आता ह्यावरच लक्ष केंद्रित करणं गरजेचं झालं

आहे. त्याने जोर द्यायला हवाय तो एकत्रित, सामुदायिक जागृत मनोवस्था आणखी वरच्या पातळीवर नेण्याची; ना की त्याची अधोगती होऊ देण्याची. त्यासाठीच आध्यात्मिक विचारधारेचं महत्त्व समजून त्यावर जोर द्यायला हवाय - तरच नेतृत्व यशस्वी ठरलं असं मानता येईल.

भारतात गेली हजारो वर्षं शोध चाललाय तो उत्क्रांत मानव घडवण्याचा; पण तरीही अलीकडे बराच काळ तो विचार काहीसा मागेच पडल्यासारखा! आता मात्र वेळ येऊन ठेपली आहे त्याकडे व्यवस्थित लक्ष देण्याची. आणि या कामामध्ये खेळकर व आनंदी जाणीव ओतण्याची- म्हणजे उत्तम नेते उदयाला येऊ शकतील.

प्रकरण विसावे

भौतिक आणि आध्यात्मिक मार्गांचे समांतर जाणे

__धडा :__ उत्तम नेतृत्व आदी यशस्वी जीवनाचा पाया म्हणजे भौतिक आणि आध्यात्मिक या दोन्ही मार्गांमधला समतोल राखता येणे! आपल्या जागृत मनाच्या ताकदीमुळे हे साध्य होऊ शकतं. आपलं जागृत मन आपल्या स्थितीचं नियंत्रण करत असतं. म्हणून, जरी आपण रोजमर्रा आयुष्यातल्या गोष्टी आणि जबाबदाऱ्या निभावण्यात गढलेलो असलो, तरी 'सत्य, सुसंवाद, शांती, निश्चिंतता' ह्या आध्यात्मिक गुणधर्मांचे आपल्या जाणिवेतून प्रकटीकरण करणं हे महत्त्वाचं आहे, हे लक्षात असू द्यावं. त्यामुळे तुम्ही करत असलेलं काम अगदी मुळापासूनच समृद्ध होतं. आपल्या यशाचं, परिपूर्तीचं, समाधानाचं आणि मोठ्या कामगिरीचं तेच रहस्य असतं. प्राचीन हिंदू विचार असा असे की, खऱ्या अर्थाने यशस्वी स्त्री किंवा पुरुष त्यांनाच म्हणावं- ज्यांना अंतर्गत आणि बाह्य कामगिरी ही अगदी समांतररीत्या साधता येते. म्हणजे असं की- शक्ती, पद, संपत्ती आणि प्रतिष्ठा यांसारख्या बाह्य गोष्टी यांमधली कामगिरी ही आनंदी मन, शांती, स्थैर्य, जिव्हाळा आणि वैश्विक अस्तित्व अशा आंतरिक बाबींच्या कामगिरीशी समांतररीत्या मिळवता येतात.

आणि जर तशा बाह्य कामगिरीचा अंतर्गत कामगिरीशी समांतररीत्या मेळ घालता येत नसेल तर त्याला अर्थ उरत नाही; तसंच, अंतर्गत बाबींसंबंधी कामगिरी ही बाह्य गोष्टींशी संबंधित कामगिरीला समांतर होत जमणारी नसेल तर मग त्याला भौतिकदृष्ट्या नेतृत्वासंदर्भात अर्थ उरत नाही. त्या दोन्ही प्रकारच्या बाबींना आपापल्या जागी महत्त्व असतं, पण भौतिक जगतात छाप पाडण्याच्या दृष्टीने तसा फायदा नसतो.

नेतृत्वामध्ये परिपक्वता असणं म्हणजे बाह्य आणि अंतर्गत दोन्ही बाबी किंवा घटक यांचे एकत्रीकरण जमणे! आता, अहंकारभाव असं दर्शवू शकतो की भौतिक बाबींना आध्यात्मिक बाबींची गरज नसते आणि आपल्या स्थितीच्या उत्क्रांतीसाठी सखोल मानसिक बाबींची! परंतु, सत्य हेच की नेतृत्वाच्या वृत्तीतली क्रांती ही मानवी जाणिवेच्या क्रांतीबरोबरच सुरू होते. त्यामध्ये काही विशेष गुण आणि पैलू बाहेर येणं अभिप्रेत असतं. याची सुरुवात कायमच आतून होते आणि मग बाह्य बाबींमधून प्रकटीकरण होतं. नेत्याने त्याचं भान ठेवणं आवश्यक असतं की, तो आतमध्ये ज्याचा शोध घेईल ते प्रकाशमान होत बाह्य बाबींमध्ये उत्सर्जित होत प्रकट होईल. अशा तऱ्हेने एक सुरेख समांतरपण साधलं जाईल.

मानवाची ही एक मोठी समस्या आहे की, आपण जेवढे भौतिक दुनियेत यशस्वी होऊ तेवढे आपण आपल्या आतमधल्या, आतल्या चैतन्याच्या विश्वाला विसरत जाऊ.आपण जर शाश्वतदृष्ट्या उत्क्रांत पावणं थांबवलं तर आपली जीवनातली प्रगतीच ठप्प होते. त्यामुळे भौतिकाच्या सर्वोच्च स्थानी उंचावर पोहोचताना आपल्या आतमधल्या मार्गाचा विसर पडू द्यायचा नसतो. याचा सोप्या भाषेत अर्थ म्हणजे- आपण आपला अस्सलपणा, आपल्या मुळाचा विसर पडू द्यायचा नसतो; आपण कोण आहोत हे विसरायचं नसतं आणि त्या बदल्यात कुठेतरी आपली क्षीण प्रतिमा जगासमोर येऊ द्यायची नसते. (म्हणजे फक्त भौतिक बाबींमधली कामगिरी!)

आपल्याला हे समजलं पाहिजे की जाणिवेच्या उत्क्रांतीखेरीज आयुष्याला अर्थ नसतो, तर जे अत्यंत महत्त्वाचं, जरुरीचं तेच नसेल तर सारंच व्यर्थ! त्यामुळे मग नेतृत्वाच्या तत्त्वज्ञानातही दुरुस्ती करावी लागेल. आणि दुरुस्ती हीच की आपल्या यशाचं पूर्णत्व म्हणजे आपल्या जाणिवेचं पूर्णत्व- ते विसरता कामा नये. जाणिवेची उत्क्रांती हे आयुष्यातलं सर्वांत

मोठं यश! आयुष्याचं सार्थक कशात असेल तर ते असं पूर्णत्व होण्यात! आणि त्यासाठी उत्प्रेरक शक्तीही आपल्या आतमधून असणारी असावी!

लक्षात ठेवा – आपल्या आतमध्ये असणारं आणि बाहेर असणारं यांमध्ये एक जोडणारा दुवा हा असतोच! काहीएक कारणाशिवाय परिणाम दिसत नसतो, आणि ते कारण हे नेहमीच अस्तित्वाच्या एका सूक्ष्म भागात दडलेलं असतं व ह्यावरच अध्यात्म बेतलेलं असतं, कारण हे नेहमीच दडलेलं असतं आणि माणसांच्या बाबतीत कारणाचा दडलेला भाग हा आपल्या जागृत मनाचा, जाणिवेच्या पोकळीतला असतो. जेव्हा आपल्या आतल्या भागातली डिवचण्याची क्रिया सकारात्मक असते, तेव्हा त्याची भौतिक स्थितीमधली दृश्य प्रतिक्रिया हीसुद्धा सकारात्मकच असते आणि जेव्हा ते डिवचणं नकारात्मक होतं; तेव्हा भौतिक जगातले उमटणारे स्वरूप हेदेखील नकारात्मक होते. मानवतेच्या संदर्भातलं एक सत्य म्हणजे कुणीही, कुठेही जीवनात आध्यात्मिक घटक शोधतच असतात. माणसांचा तो सर्वांत मूलभूत शोध असतो – तो म्हणजे आध्यात्मिक समाधानाचा शोध! जितका भौतिक तृप्ततेचा शोध असतो तितकाच हासुद्धा महत्त्वाचाच! अर्थात, आपल्या आयुष्यात मूलभूत गरजा ह्या आवश्यक असतातच; पण त्यापलीकडे दोन्ही घटकांची एक समांतर उत्क्रांती होणंसुद्धा आवश्यकच ठरतं. आनंदाचा आणि पूर्ततेचा स्रोत हे आपल्या आतमध्येच दडलेले असतात. भौतिक सुखासंबंधीचा आपला भाग हा खरं तर वरवरचा – तो आपल्याला आयुष्यात काहीएक आनंद नक्कीच मिळवून देतो; पण तो अगदीच क्षणभंगुर आणि तरळून जाणारा परंतु चिरकाल टिकणारा आनंद आणि तृप्ती ही आपल्या आत खोलवरच कुठेतरी घडते. आणि म्हणून आपण आपल्या आतल्या त्याला अधिक सुंदर आणि अधिक उदात्त भागाकडे जास्तीतजास्त लक्ष पुरवायला हवं. त्याला सर्वोत्तम अनुकूल स्थितीत आणून ठेवायला हवं. तसं केल्यानं आपण आपोआप आणि उत्स्फूर्तपणे जास्त तेज:पुंज आणि आकर्षक नेता बनतो आणि अर्थातच, लोकांसाठी आदराचं स्थान मिळवू शकतो. चांगल्या गोष्टींना चांगलाच प्रतिसाद मिळतो, आणि चांगल्या नेत्याला ते बरोबर जमतं. त्याला मनापासून भरभरून प्रतिसाद मिळत राहतो आणि मग अनेक लोकांकडून चांगल्या प्रकारचा प्रतिसाद मिळून ते एकट्याने मिळवू शकण्यापेक्षा कितीतरी मोठ्या गोष्टी मिळवू शकतात.

अध्यात्माचा गोल्डन रूल, सर्वांत महत्त्वाचा नियम म्हणजे- ''आतल्या'च्या कृतीमुळेच 'बाहेरच्या'ला नवसंजीवनी मिळते!' दिव्य प्रकाशाचा स्रोत हा आतमध्येच असतो. निर्मितीचं मर्म हे सुद्धा आतमधे लपलेल्या स्थानी असतं. आपण जगतामध्ये जे जे बघतो, ते त्या सत्याचा आविष्कार असते; म्हणून, प्रत्येकाने आपल्या 'आत' वसलेल्या त्या सत्याच्या संपर्कात राहायला हवं, मग तुम्हाला जाणवेल की तुम्ही जगामध्ये जास्त सकारात्मकतेनं वावरता आहात.

आपल्याला सत्याच्या आणि परिपूर्णतेच्या मुक्त आकाशात उंच उंच विहरण्यासाठी अध्यात्माच्या पंखांची जोड मिळायला हवी. गमतीचा भाग असा की, माणूस जितका जास्तीतजास्त यशस्वी बनतो तितका तो बहुतांशी वेळा हरवलेला राहतो; आणि अशा गोष्टीमध्ये हरवलेला राहतो- ज्या खरं पाहता अत्यावश्यक नसतात. अशांना असं वाटायला लागतं की, आपल्या अस्तित्वाचा जो 'आतला' भाग आहे तो 'विसरून' हरवून, गमावून, त्याचा बळी देऊन त्याच्या बदल्यात दुसरं काही मिळवूनही आयुष्यात चालण्यासारखं असतं, म्हणून! पण हे विसरणं हीच खरी मोठी समस्या आहे. जो खऱ्या अर्थाने उत्क्रांत नेता असतो, त्याला किंवा तिला वास्तवाची खोल जाणीव असते. आणि अशी खोल जाण असली की मग त्यांना एकूणच पृथ्वीविषयी आणि इतर मानवांविषयी एक समग्र, सर्वंकष ज्ञान प्राप्त होतं. जे मानवजातीसाठी फायद्याचं असतं. आणि पुढे जाऊन नेते आपण राहत असलेल्या ग्रहासाठी त्यांच्या कुवतीअनुसार अतिशय सकारात्मक, चांगलं योगदान देणारे बनतात!

जाणिवेच्या प्रांताचा विचार करता, असं आजकाल बघायला मिळतंय की, विज्ञान हे प्राचीन अध्यात्माशी समांतर चालत निघालंय. आपल्या प्राचीन धर्मशास्त्रांत सांगितलेल्या काही गोष्टींना आता 'न्यूरोसायन्स' (मज्जातंतुशास्त्र) मधल्या प्रगतीमुळे पुष्टी मिळताना दिसते आहे. आपलं मन हे आपल्या खोलवर असणाऱ्या जाणिवेकडे घेऊन जाणारा मार्ग आहे, आणि त्यामुळे ते स्वतःच्या परिपूर्तीलाही निर्णय घेऊन त्यानुसार कार्यवाही करणारं ठरतंय. दुसऱ्या शब्दांत सांगायचं- तर 'समाधान' हे 'बाह्य' गोष्टींवर अवलंबून असतं असं नाही, तर उलट बाह्य गोष्टींसाठी निर्माणाचं काम करतंय.

थोडक्यात म्हणजे, आपली वृत्ती हीच माणसाची सुरुवातीची पहिली पायरी म्हणता येईल आणि आयुष्यामध्ये विशेष उल्लेखनीय संबंधित अशी

गोष्ट म्हणजे आपल्या 'आत' असणाऱ्या त्या मानवी वृत्तीला समजून घेणं, आपल्या मनाची प्रचंड खोली आणि आपल्या अस्तित्वाची प्रचंड खोली जाणणं; हे आपल्या आणि बाहेरच्या स्थितीसंबंधीचं 'कारण आणि परिणाम' हे फक्त मानवजातीलाच लागू होतं असं नाही, तर संपूर्ण सृष्टीमध्येच पाहायला मिळतं. उदाहरणार्थ- वनस्पतींच्या वाढीवर संगीताचा परिणाम होणं. संगीतासारखी सूक्ष्म गोष्टसुद्धा वनस्पतींच्या वाढीवर परिणाम करते. असे अनेक प्रयोग केले गेलेत- ज्यांमध्ये वनस्पतींना शास्त्रीय संगीत ऐकवल्यानंतर त्यांना येणाऱ्या फुलांत-फळांत खूपच वाढ झालेली दिसली आहे. जर संगीत वनस्पतींवर परिणाम करू शकतं, तर मग तुमचं स्वतःचं संगीत... तुमच्या आतमध्ये निनादणारे परमात्म्याचे स्वर हे तुमची क्षमता अनेक पटींनी वाढवण्याचं काम करत असणारच! आपण आपल्या आतमध्ये असणारं क्षमतेचं भांडार ओळखायला शिकलं पाहिजे - प्रचंड ऊर्जा आतमध्ये असते, ती ओळखायला शिकायला हवं. म्हणजे मग एकदा ते ओळखल्यावर आपण भौतिक आनंद शोधून त्याची परिपूर्ती करण्याकडे आणि आपली भौतिक क्षेत्रातली पूर्ण क्षमता वापरण्याकडे जाऊ शकतो.

प्रकरण एकविसावे

नेत्यांसाठी वेद, उपनिषदे आणि श्रीराम!

धडा : *हिंदुत्व हे आपल्या मूलभूत स्वभावाकडे त्या वैश्विक चिरंतन सत्याचं एक प्रतिबिंबित रूप म्हणून बघतं. आपल्या शरीरातल्या प्रत्येक पेशीमधून त्या सर्वोच्च चैतन्याच्या अस्तित्वाचा सूक्ष्म भाग कंप पावत असतो. उपनिषदे आणि वैदिक सिद्धान्तांमधून हेच सांगितलं गेलेलं आहे. हे समजून घेतलं की आपली आपल्यामधल्या 'स्व'विषयीची दृष्टी विस्तारते, आणि त्यायोगे आपण आपल्या क्षमतेचा जास्तीतजास्त उपयोग करून घेऊ शकतो. उत्तम नेत्यासाठी आपल्या स्वतःविषयी एक सर्वंकष दृष्टिकोन असणं आणि तसंच आपला खरा आध्यात्मिक स्वभाव जाणणं हे फार फार महत्त्वाचं असतं. तुम्ही एक शुद्ध आत्मा आहात, आंतर्बाह्य एक आध्यात्मिक व्यक्तित्व आहात हे जाणून घ्या! त्यामुळे तुम्ही कमालीचे निडर बनाल, चैतन्यमयी बनाल आणि तुम्हाला ईश्वराने दिलेली प्रचंड ऊर्जा तुम्ही तुमच्या अंगामधून जागृत करू शकाल. आणि मग तुमच्या नेत्याच्या भूमिकेसाठी व आयुष्यभरासाठी तुम्हाला ती ऊर्जा वापरून सर्वांचं भलं करता येईल.*

आपल्या प्रभावशाली नेतृत्वासाठी आवश्यक असणारी जाणीव आणि जागृत मनासाठी आपल्याला वेद आणि उपनिषदांमधून भरपूर माहिती मिळते. यजुर्वेदामधलं बृहद्‌आरण्यक उपनिषद सांगते - 'अहम् ब्रह्मास्मि'. म्हणजे मी ब्रह्म आहे - मीच पूर्णत्व आहे! मीच सत्य आहे! आणि यजुर्वेदामधलंच मैत्रायणी उपनिषद सांगते की, जिथे आनंद आहे तिथे सर्जन आहे; जिथे आनंद नाही तिथे सर्जन नाही, आनंदाची अनुभूती घ्या! म्हणजेच आपण पाहतो की, वेद आणि उपनिषदे ही काही गोष्टींवर विशेष भर देत आपल्याला ज्ञान देतात. आपल्या प्रत्येकामध्ये 'सत्य' वसतं, आपल्यामध्येच वैश्विक जाणीव आहे आणि आपल्यामध्येच सर्वोच्च आनंदाची क्षमता आहे! तुमची जाणीव आणि जागृत मन जर आत्मविश्वासाने शिगोशीग भरलं असेल, जीवनाविषयीच्या अचाट उत्साहाने भरलं असेल, आणि प्रचंड आत्मविश्वास असेल; तर तुम्हाला जबरदस्त प्रभावशाली व्यक्ती बनण्यापासून कोणीही रोखू शकणार नाही. आणि एक उत्कृष्ट नेता बनण्याचं तेच गुपित आहे! आपल्या जागृत मनापासून सुरुवात करा, तुम्ही पुढे जाऊन आयुष्यात काय कमवाल आणि नेतृत्वात यश कसं मिळेल, याची बीजे तिथेच रोवलेली असतात.

त्या जगन्नियंत्यापासून, त्या वैश्विक चेतनेपासून, त्या अति बलवान-सर्वशक्तिमान परमेश्वरापासून तुम्ही दूर नाही आहात. तुम्ही त्याचाच एक भाग आहात, एक अति सूक्ष्म भाग! तुमची जाणीव हे त्या चैतन्याचाच भाग आहे, त्यामुळे त्याची अनुभूती घ्या ते 'मेहसूस' करा. आणि जेव्हा तुम्हाला त्याची अनुभूती मिळेल तव्हा तुम्हाला एका परिपूर्ण, संपूर्ण ऊर्जेचा प्रत्यय मिळेल. तुमच्या सर्व मर्यादांपासून तुम्ही मानसिकदृष्ट्या मुक्त झाल्याचा अनुभव येईल. उत्तम नेत्यांकडे हा गुणधर्म असतो. ते मानसिकदृष्ट्या बंधमुक्त, मर्यादामुक्त असतात. ते स्वतःला खुजे समजण्यापासून मुक्त असतात, त्यांना प्रचंड आत्मविश्वास असतो. भारतामधले वेद आणि उपनिषदे तुम्हाला सर्वोच्च आत्मविश्वास बहाल करतात. आता सर्व तुमच्यावरच अवलंबून असल्याच सांगतात. आपण त्या अनंताचाच भाग असल्याचं समजा आणि मग तुम्ही स्वतःला परिपूर्ण असल्याचं मानू लागाल, तुम्हाला आतूनच चैतन्य अंगात खेळत असल्याची जाणीव होईल. तुमचा देह, मन आणि आत्मा विशेष शक्तीने भारला जाईल. आणि असं केल्यामळे, तुम्ही स्वतःला जास्त जाणून घेऊ शकाल आणि त्याचबरोबर एक नेता म्हणून तुम्हाला चैतन्यमयी, उत्कट भावावस्था अनुभवता येईल. स्वतःबरोबरच तुमच्या सहकाऱ्यांनाही स्फूर्ती देण्याचं हेच गुपित आहे.

तुम्हाला कळलं असेल की, स्वतःबद्दलच्या कल्पनांमध्ये आमूलाग्र बदल घडवणं हे एका उत्तम नेत्यासाठी फार फार महत्त्वाचं आहे. वेद आणि उपनिषदे नेमकं तेच कार्य करत असतात. ते तुम्हाला तुमच्याच आतमध्ये दडलेला गुणांचा खजिना दाखवतात, तुमच्यामधली सुप्त शक्ती दाखवतात, क्षमता दाखवतात! जेव्हा तुम्हाला तुमच्याच आतल्या शक्तीची जाणीव होईल, तेव्हा तुम्ही स्वतःबद्दलच्या आत्मविश्वासाने भरून तर यालंच, पण शिवाय तुम्ही इतरांमध्येही आत्मविश्वास जागृत करू शकाल. कारण तुम्ही स्वतःवर विश्वास ठेवून सुरुवात केलेली असल्यामुळे आणि तसं वागत असल्याने 'बोले तैसा चाले' अशी तुमची प्रतिमा असेल आणि तुम्ही कुठल्याही प्रकारच्या नेत्याच्या भूमिकेत असलात तरी त्यामुळे तुम्ही उत्स्फूर्तपणे तुमच्या कामात वर-वर आणखी वर प्रगती कराल. हे आपल्या अंतर्ज्ञानाने किंवा मनोमन जाणून आणि ती जागृत मनाच्या शक्तीचा वापर करून केल्याने तुम्ही तुमच्या एकूण वृत्तीत आणि मनाच्या बाबतीत उत्तरोत्तर आणखी ताकदवान व्हाल. तुमच्या आयुष्यातल्या ध्यानधारणेच्या दृष्टीने तसेच भौतिकदृष्ट्या संपन्न होण्याच्या दृष्टीने तो कळीचा मुद्दा ठरेल; कारण जेव्हा तुम्ही सर्वोच्च जाणिवेची आणि आनंदाची अवस्था एकाच वेळी अनुभवाल तेव्हा तुमचं व्यक्तिमत्त्व चमकून उठेल. परंतु, आधी हे जाणून घ्या की, तुम्ही सर्वोच्च शक्यतांसाठी सक्षम आहात, लायक आहात; तद्नंतर तुम्ही तुमच्या भोवतालचं वातावरण संपूर्णपणे बदलवू, पालटवू शकाल.

स्वतःवर विश्वास असण्यापासून सर्वांची सुरुवात होते. वेदांमधलं वाङ्मय नेमकं हे आपला स्वतःवरचा विश्वास दृढ करण्याचं काम करतं- आणि तेही समाजाने आपल्याला एरवी दिलेल्या आत्मविश्वासापेक्षा सच्चा, खरा आत्मविश्वास देऊन! तुमच्या स्वत्वाची, आत्म्याच्या जाणिवेची ती ओळख म्हणा ना! आणि जेव्हा तुमचा आत्म्याच्या गाभ्यापासून किंवा आत्म्याच्या जागृत जाणिवेपासून आत्मविश्वास जन्मतो, तेव्हा तुम्ही मनोमन आणि सर्जनशीलतेनं ताकदवान बनता, तुम्ही अधिक शहाणपणाने आयुष्य जगायला सुरुवात करता व त्याचबरोबर तुम्ही उत्स्फूर्तपणे नेतृत्वाची जबाबदारी वाहायला शिकता; आणि ते तुमच्या आयुष्यात अधिकाधिक प्रकट होत जातं. ती तुमच्या परिपूर्ततेची आणि उच्च जाणिवेच्या समज येण्याची गुरुकिल्लीच!

आधी आपण बोलल्यानुसार, भारतीय पुराणांमध्ये श्रीरामाला नेतृत्वाचा सर्वोच्च आदर्श मानलं गेलंय. त्याने स्वतःच्या जीवनात उत्कृष्ट नेतृत्वाचा प्रत्यय

दिला आणि त्याच वेळी त्याने वेळोवेळी इतरांसाठी आपल्या आध्यात्मिक आचरणावर बेतलेल्या नेतृत्वाचं आपल्या अमोघ वाणीने स्पष्टीकरणसुद्धा दिलं. श्रीराम म्हणाले, ''आत्मा हा चैतन्ययुक्त असतो. तुम्हाला असं का वाटतं की आत्म्यामध्ये दुःख असतं? आपल्याला तसं वाटतं, कारण ते आपल्या अज्ञानातून आलेली समजूत आहे, जेव्हा तुमच्या मनात ज्ञानाची पहाट होईल, तेव्हा ती समजूत नाहीशी होईल.''

म्हणून श्रीराम सांगतात की, आत्म्याच्या पातळीवर आपण आपल्या स्वतःला एक आनंदमयी चैतन्य आहोत असंच समजायचं. प्राचीन भारताची ही सर्वोच्च शिकवण आहे! ती शिकवण सांगते की, आपली मूलभूत जाणीव किंवा जागृत मन हे शुद्ध चैतन्य असतं आणि जेव्हा तुमची मूलभूत जाणीव शुद्ध चैतन्य असल्याचं समजून घेता, तेव्हा तुमच्यामध्ये एक प्रचंड आत्मविश्वास जन्मतो. स्वतःबद्दल एक प्रचंड विश्वास प्राप्त होतो. तुम्ही कुठल्याही परिस्थितीच्या लाटेवर एका प्रचंड उत्कृष्ट ऊर्जेने स्वार होता, आणि एका महान नेत्याची ती खूण आहे! तुम्ही बघाल की, एखादा महान नेता आणि एखादा अगदी सर्वसाधारण नेता यांच्यामधला फरक हा त्यांच्या अंगप्रत्यंगांतून दिसणाऱ्या ऊर्जेच्या पातळीवर अवलंबून असतो. असेही काही नेते असतात- ज्यांना स्वतःच्या अंगातल्या अमर्याद ऊर्जेची कल्पनाच नसते आणि त्यामुळे ते इतरांनासुद्धा त्यांच्यामधली अमर्याद ऊर्जा जाणण्यासाठी स्फूर्ती देऊ शकत नाहीत. एक चांगला नेता मात्र स्वतःमधली प्रचंड ऊर्जा ओळखून ती पातळी गाठतोच आणि शिवाय इतरांनासुद्धा त्यांच्यामधली सर्वोच्च ऊर्जापातळी गाठण्यासाठी उत्प्रेरकाचं काम करतो; पण त्याची सुरुवात मात्र आपल्या स्वत्वाचा अर्क शोधण्यापासून होते. श्रीराम सांगतात की, तुमच्या व्यक्तित्वाचा अर्क म्हणजे तुम्हाला समजणं की- तुम्ही एका महान विश्वाचा, ब्रह्मांडाचा, सर्वोच्च चैतन्याचा लहानसा आविष्कार आहात. चैतन्याच्या भल्यामोठ्या महासागरामधली तुम्ही केवळ एक लाट आहात. स्वतःला चैतन्याचा भाग आहोत हे उमजून द्या. 'समजावून द्या' मग बघा, सर्वच सर्जन हे चैतन्यमय होईल. विश्वातल्या चैतन्याचं ते मूलभूत छोटं अंग हे ध्यानात घ्या. हिंदुत्वाची किंवा सनातन धर्माची ही महान शिकवण आहे, त्याचबरोबर ते सर्व गूढ जाणिवांचेही मूळ आहे. आध्यात्मिक जाणीव म्हणजे आपली क्षमता असणं की, 'आपण एखाद्या महान ऋषी किंवा साधू किंवा बुद्ध किंवा द्रष्ट्या मुनीप्रमाणे सर्वोच्च

चैतन्याचा अनुभव घेऊ शकतो' हा! याला समाधी असंही म्हटलं गेलेय हिंदू तत्त्वज्ञानात! आणि हेच आपल्या जाणिवांच्या मर्यादांपल्याड जाणारं आणि सर्व परिस्थितीच्या भीतीच्याही पल्याड जाणारं! आणि जेव्हा तुम्ही तसं करता, तेव्हा तुम्ही तुमच्या अगदी -'आत' असणाऱ्या ऊर्जेशी संलग्न राहता आणि ती ऊर्जा तुम्ही हाती घेतलेल्या प्रत्येक कामामधे झळकते; तुम्ही ज्या कामाशी संबंधित असता त्याही कामाशी, ती तुमच्या आत कंप पावत असते. सर्वच महान नेते ज्यांना स्वतःच्या आत तो परमानंद असल्याची जाण असते, त्यांना तो आतून मिळणारा करिश्मा असतो. त्यांना त्यांच्या आत्म्याचा आवाज जणू सांगत असतो की, त्यांच्यामध्ये असलेल्या चैतन्यामुळे त्यांची प्रगती आता कोणी रोखू शकत नाही म्हणून! मग परिस्थिती कशीही असो, उभं ठाकलेलं संकट कितीही मोठं असो - ते त्यावर नक्कीच मात करू शकणार असतात; कारण त्यांच्या जवळ त्यांच्या आत एक मोठा शतिस्रोत असतो, त्यांच्या जवळ जाणिवेच्या शक्यतेची आणि चैतन्याच्या जाणिवेची शक्ती असते! जेव्हा आपल्याला जाणीव असते की, आपण त्या सत्-चित-आनंदाचा भाग आहोत, तेव्हा आपल्याला कळत असतं की, आपण त्या सर्वव्यापी ईश्वराचा भाग आहोत. हिंदुत्वामध्ये सांगितल्यानुसार सर्वव्यापी ईश्वर म्हणजे परमात्मा आणि आपण म्हणजे जीवात्मा हे एकाच वास्तवाचे भाग असतो, किंबहुना, उपनिषदांमध्ये सांगितलंय की, 'तत् त्वं असि' आणि श्रीरामानेदेखील म्हटलंय की, परमात्म्याचं आणि जीवात्म्याचं सारखेपण, एकपण अनुभवा. आधी आपण 'तत् त्वं असि' चा अर्थ समजावून घेऊ. तत् म्हणजे परमात्मा, त्वं म्हणजे जीवात्मा आणि असि म्हणजे असणे, आहे. म्हणजेच परमात्मा आणि जीवात्मा हे एकच आहेत. त्यांना वेगवेगळं काढता येणार नाही. त्यांना वेगवेगळी मापं किंवा गुणधर्म लावता येणार नाहीत.

श्रीराम या ठिकाणी सांगताहेत की, जे त्या परमात्म्याला शक्य आहे ते जीवात्म्यालाही शक्य आहे. दुसऱ्या शब्दांत मांडायचं, तर त्या वैश्विक शक्तीपेक्षा स्वतःला कमी लेखू नका. ध्यानात असू द्या की, तुम्हीदेखील त्या ब्रह्मांडाच्या ऊर्जेचाच भाग आहात. तुम्ही या अथांग विश्वाचीच लेकरे आहात. आणि म्हणून स्वतःला आतमधून जाणून शक्तिमान बनवा. उपनिषदांमध्ये गुरूकडून श्वेतकेतूला ह्याच शब्दांत ज्ञान प्राप्त झालं होतं - 'तत् त्वं असि - तूच महान आहेस!'

तुम्ही जेव्हा हे समजून घेता तेव्हा तुमच्या मनात आणि हृदयात जणू एक क्रांतीच होते. तुम्हाला कळतं की, तुम्ही सर्वसाधारण नाही आहात. आपल्यातला प्रत्येक जणच असामान्य आहे. आपल्यातल्या प्रत्येकाला आयुष्यामध्ये ती दैवी ऊर्जा आपल्या विचारांतून आणि आचारांतून प्रकट करण्याची क्षमता आहे आणि उत्कृष्ट नेता तोच असतो जो/ जी दैवी ऊर्जा आपल्या कृतीमधून समाजासमोर आणतो, आणि हे करत असताना तो / ती केवळ इतरांसाठी एक चांगला आदर्श बनतात. एवढंच नव्हे, तर तो/ ती स्वतःसुद्धा आयुष्यामध्ये परिपूर्णता आणतात. तुम्ही हे बघितलंय की, हिंदू तत्त्वज्ञान सांगतं की सूक्ष्म जीव आणि बृहद जीव हे मूलतः सारखेच असतात- आणि असंच क्वांटम फिजिक्ससुद्धा सांगतं! क्वांटम फिजिक्स सांगतं की, ब्रह्मांडात ज्या मोठमोठ्या घटना घडतात, तशाच घटना अति सूक्ष्म कणांच्या बाबतीतही घडतात; म्हणजेच अणूच्या किंवा त्याहून लहान मूलकणांच्या पातळीवर जशा गोष्टी आहेत तशाच त्या अंतराळातल्या आकाशगंगांच्या पातळीवरही आहेत. थोडक्यात, यातून असं कळतं की, जर तुम्ही जाणिवेच्या क्षेत्रात स्वत:ला मोठं-मोठं करत गेलात तर तुम्हाला कळेल की तुम्ही त्या वैश्विक ऊर्जेसारखेच बनता आहात. आणि हे अनुभवल्यावर, तुम्ही दुर्बल राहतच नाही, प्रचंड सबळ होता- तुम्ही सर्वोच्च जाणीव, सर्वोच्च धैर्य अनुभवता! आणि एका महान नेत्याला याच गुणांची आवश्यकता असते. कुठल्याही महान नेत्याला उच्च प्रतीची जाणीव आणि उच्च प्रतीचं धैर्य यांची आवश्यकता असते. हे जागृत मनाचे अगदी मूलभूत गुण! लक्षात घ्या- की छोट्यात छोट्या आणि मोठ्यात मोठ्या अस्तित्वामध्येही सारखेपणाचे गुणधर्म असतात. हे म्हणजे तुम्ही जर एखाद्या पानाचा भाग इलेक्ट्रॉन मायक्रोस्कोपमधून अमर्याद मोठा करून बघितला, अगदी छोट्यातल्या छोट्या अविकसित अनंत भागांमध्ये डोकावलं - तर आपल्याला दिसते ती न संपणारी डुप्लिकेशनची (एकासारखी दुसरी गोष्ट बनवण्याची) प्रक्रिया चालू असलेली दिसते. अगदी भौतिक पातळीवर आणि तसंच आत्म्याच्या पातळीवरही आपण त्या सर्वोच्च आत्म्याशी जोडलेलो असतो. (ज्याला आपण देव, ईश्वर म्हणतो!) एकदा हे उमगलं की आपल्यामधली ऊर्जा कैक पटींनी प्रकट होते, जणू उर्जेचा विस्फोटच! तेव्हा तुम्हाला स्वत:मध्ये सळसळता उत्साह जाणवतो, जबरदस्त ताकद जाणवते. स्वत:मध्ये अशी ताकद जाणवणं

हेसुद्धा महान नेत्याच्या लक्षणांपैकीच! ज्याला आपण सनातन धर्म मानतो, हिंदू शहाणपण मानतो – ज्याला सांख्य, वेदान्त वगैरे नावांनी ओळखलं जातं – त्या सर्वांमध्ये हेच सत्य सांगितलं आहे.

भारताच्या महान ग्रंथांपैकी एक रामायणाचा आदर्श नायक म्हणून आपण श्रीरामाला ओळखतो. पण लोक हे विसरतात की त्याचबरोबर श्रीराम हा 'योगवासिष्ठ महारामायण' ह्या जगातल्या सर्वांत लांबीच्या आणि भव्य अशा अध्यात्मग्रंथाचाही महानायक आहे! वसिष्ठ मुनी आणि श्रीराम संवाद साधतात तो आपल्या शरीरामधल्या आत वसणाऱ्या वैभवावर, आपल्या आतमध्ये वसलेलं असं जग– ज्यामध्ये प्रचंड ताकद आहे, प्रचंड शक्ती आहे, प्रचंड वैभव आहे. आणि ह्याविषयी बोलताना ते आपल्याला आपल्यामधली महत्त्वाची, आनंददायक ऊर्जा जी अमर्याद आहे – त्याविषयी सांगतात. तुम्हाला जेव्हा या अमर्याद शक्तीची माहिती होते, तेव्हा समजतं की आपण खरोखर उच्च वास्तवाचा, त्या सर्वोच्च ऊर्जेचाच एक भाग आहोत म्हणून! तत् त्वं असि! यामधूनच तुमच्या आत ऊर्जेचा विस्फोट होतो. आणि एक असाधारण आत्मविश्वास जागृत होतो.

आपण त्या सर्वोच्च ऊर्जाक्षेत्राशी, त्या सर्वोच्च वास्तवाशी असणारं आपलं नातं ओळखत नाही, तेव्हा आपण आत्मविश्वासापासून दूर असतो. आपण जेवढे मानसिकदृष्ट्या सशक्त असायला हवं तेवढे नसतो. मग आपले विचार आपल्याला चिंतित करतात. आपल्या आत असणारा दिव्य प्रकाश दिसत नाही. आणि जो महान नेता असतो, तो ह्या आतल्या दिव्य प्रकाशाला विसरत नसतो, त्या मानवी जाणिवेच्या प्रकाशाला! आपण जर आपल्या जाणिवेतून त्या आतल्या दिव्य प्रकाशाची अनुभूती घेतली, त्या आतल्या जागृत मनाच्या संपतीला समजून घेतलं; तर मग आपल्याला आपल्या कामात कुणीही रोखू शकत नाही– कारण आपण जबरदस्त आत्मविश्वासाने भरून जातो, त्याचबरोबर मानसिक आत्मविश्वास, आध्यात्मिक आत्मविश्वास वगैरे वगैरेंनी! तुम्हाला असं वाटतं की तुम्ही अनेक मितींमध्ये आहात. तुमचे सर्व संकोच गळून पडतात. चांगल्या नेतृत्वासाठी संकोच दूर ठेवणे क्रमप्राप्त असतं. तुम्ही बघाल तर याचा उपसिद्धान्त भारतीय पुराणांत पाहायला मिळतो. जेव्हा कुरुक्षेत्रावरच्या युद्धात अर्जुन आपल्याच चुलत भावंडांविरुद्ध लढायला उभा ठाकतो. आणि मग त्या वेळी जे घडतं ते त्याचं चित्रण अत्यंत मनोवेधकरीत्या महाभारतामध्ये

वर्णन केलेलं आहे भगवद्गीतेमधून! अर्जुनाला एकाएकी आलेला विषाद आणि त्याचे हातपाय गळून जाणं आणि त्या प्रसंगी श्रीकृष्णाने त्याला सत्याची करून दिलेली जाणीव!

अर्जुनाला चिंतेने ग्रासलं होतं, तो अस्वस्थ झाला होता. त्या मोठ्या वास्तवाच्या पार्श्वभूमीवर तो आपली ओळखही विसरला होता. तो हेही विसरला होता की, त्याच्या आतमध्ये एक दिव्य राज्य आहे. एका दिव्य शक्तीचा वास आहे. त्याला त्याच्या स्वतःमधल्या त्या चैतन्याचा शोध लावणं जरुरीचं होतं. आणि एकदा का त्याने ते शोधलं की तो त्या जाणिवेनं शहाणा होणार होता, आत्मविश्वास परत मिळवून त्याला स्वतःच्या नेतृत्वाची जबाबदारी कळणार होती. आणि त्या समरांगणात उभ्या असणाऱ्या त्याच्या शूर सेनेला तो आपल्या शौर्याचा आदर्श घालून देणार होता. त्यात जेव्हा त्याच्या आत्म्याची, जागृत मनाची ओळख पटते तेव्हा तो स्वत: पूर्ण आत्मविश्वासाने एक अजेय योद्धा म्हणून लढाईत उतरतो.

इथे पुन्हा सांगायचं म्हणजे, श्रीराम आपल्याला सतत आपल्यात प्रतिबिंबित असणाऱ्या त्या जाणिवेची, त्या जागृत चैतन्याची शिकवण देत असतात. उदाहरणार्थ- ते हनुमानाला, आपल्या सर्वश्रेष्ठ भक्ताला सांगतात. ''तू जीवात्म्यांमध्ये बघशील तर परमात्म्याची सावली पडलेली दिसेल, तुला सर्व नद्या, सरोवरे, तळ्यांमध्ये भव्य आकाशाचं प्रतिबिंब दिसतं ना? तसाच हा परमात्मा आकाशासारखाच स्थिर असतो, त्याची प्रतिबिंबे ही कायमस्वरूपी नसतात. सर्व सजीव प्राणिमात्र ही त्याची प्रतिबिंबे आहेत.''

तर आपल्याला दिसतं की, श्रीराम, जीवात्मा आणि परमात्म्यामधला सारखेपणा तिथे पुन्हा पुन्हा सांगतोय, आपला आत्मा आणि ईश्वर, ही ओळख - एकाची त्या दैवी चैतन्याची ते परत सांगतोय, श्रीरामाचे ते बोल समजून घेण्यासाठी आपल्यामध्ये मोकळेपणा हवा. आपल्याला क्वांटम फिजिक्सचा तो सिद्धान्त समजून घ्यायला हवा की, आपण सारेच त्या वैश्विक घटकांनीच बनलेलो आहोत, तीच तारामंडळातली धूळ सर्वत्र विखुरलेली आहे. मग ते गवताचं पातं असो की भलामोठा ओक वृक्ष; सगळेच अणूच्या त्या मूलकणांच्या पातळीवर बघता एकाच प्रकारच्या घटकांनी बनलेलं आहेत. जे छोट्यात छोटे आहे त्यात मोठ्यात मोठ्याचंच प्रतिबिंब आहे. सनातन धर्माची हीच वृत्ती आहे. हिंदू तत्त्वज्ञानाची हीच वृत्ती आहे की, आध्यात्मिक वृत्तीने पाहता आपण सारेच त्या सर्वोच्च दैवी

वास्तवाच्या अस्तित्वाशी जोडले गेलो आहोत. खरं तर आपण त्या दैवी वास्तवाचंच प्रतिबिंब आहोत. विश्वाचं वैभव आपल्यात सामावलेलं आहे. जेव्हा तुम्ही हे समजून घेता, तेव्हा तुम्हाला कळतं की तुमच्या आत, तुम्ही स्वतः असाधारण, असामान्य आहात, तुमच्या आत तुम्ही चैतन्यानं भरलेले आहात, तुम्ही अथांग आहात. मोजण्यापलीकडे आहात!

नेतृत्वाचा विचार करता सर्व आत्मविश्वासाचं हेच तर मूळ आहे. त्यामुळे आपण पूर्णतः निडर, निर्भय बनतो, आणि एक महान नेता होण्यासाठी निर्भय वृत्ती अत्यावश्यक असते. तुम्हाला सर्व प्रकारच्या भीती, भयाला मागे टाकावं लागतं, अहंकार मागे सोडावा लागतो आणि एका प्रसन्नतेकडे जावं लागतं. प्रचंड उत्कट अशा ऊर्जेच्या प्रवाहाकडे जावं लागतं, म्हणजे मग तुमच्याकडच्या सर्व शक्यता फलद्रूप होतात.

म्हणून आपण बघतो की, हिंदुत्व हे नेतृत्वासंबंधीचे कळीचे मुद्दे शिकवते, किंबहुना अत्युच्च नेतृत्वाची मूल्यं! आणि तीसुद्धा अत्यंत मूलभूत पातळीवर! ते तत्त्वज्ञान आपल्याला सांगतं की, आपण जीवन नावाच्या साहसी प्रवासात कितीही उंचीवर पोहोचू शकतो; आपण आयुष्यामध्ये अनेक प्रकारे आध्यात्मिक आणि भौतिक ज्ञानाचं दार उघडून स्वागत करू शकतो. त्यासाठी जरुरी असते ती फक्त योग्य वृत्तीची! श्रीराम सांगतात की, आपण ज्याला आत्मा म्हणतो तो आपल्या पंचेंद्रियांहून, अनाहुत आणि प्राणांहून वेगळा असतो. तो सर्वोच्च आहे, सार्वभौम आहे, चैतन्ययुक्त आहे, अद्वैत आहे, शाश्वत आहे, आकार- उकार नसलेला आहे आणि अत्यंत विशुद्ध आहे. ज्या क्षणी तुम्ही हे समजून घ्याल, त्या क्षणी तुम्ही मुक्त व्हाल.

श्रीराम पुन्हा एकवार आपल्या अंतर्गत असणाऱ्या श्रीमंतीविषयी सांगतात- श्रीमंती आपल्या आत, मनात वसणारी आहे. आपण खरं म्हणजे अमर्याद श्रीमंत आहोत. आपण अंतर्गत खजिन्यानं काठोकाठ भरलेले आहोत; तेव्हा हे अंतर्गत, आंतलं खजिना समजून घेणं महत्त्वाचं! आणि जेव्हा तुम्ही हे कराल, तेव्हा तुम्हाला जाणवेल की तुम्ही निर्भय बनला आहात, प्रचंड धैर्य अंगात आले आहे, तुमच्यात पुरेपूर शहाणपणा भरलेला आहे. चांगल्या नेत्याला हे आतलं शहाणपण उमगायला लागतं. परंतु श्रीराम सांगतात ते आपल्या आत असतंच. प्रश्न आहे हे सगळं आकळण्याचा! प्रश्न आहे तो जन्मजात वास्तव जाणण्याचा! हे जाणून घ्या की, आपण ज्याला 'विश्व' म्हणतो ते संपूर्ण ऊर्जाक्षेत्र हे तुमच्या-आमच्यात वसणाऱ्या

त्या जाणिवेचाच एक अवतार आहे. उपनिषदांमध्ये त्याला 'अंतिम शून्यता' असं म्हटलं गेलंय, जे आपल्या सर्वांमध्ये आतमध्ये आहे. एका महत्त्वाच्या उपनिषदाच्या पाठामध्ये गुरू आपल्या शिष्यांना सांगतात की, न्यग्रोध वृक्षाची 'बी' घ्या आणि ती लहान लहान तोडत जा – असा एक क्षण येईल की त्या बीमध्ये शेवटी फक्त शून्य उरेल! आणि तरीही ती बी वृक्षाला जन्म देत असते, त्यातून शिकण्यासारखं, बोध हाच आहे की – शून्यातूनच सर्व निर्माण होतं. त्यामुळे एक अतिशय महत्त्वाचं शून्य जरुरीचं असतं, त्याला आपण भावपूर्ण ऊर्जा किंवा भावपूर्ण जाणीव म्हणू या! त्यातूनच आपण सर्व निर्माण झालो आहोत. आणि म्हणून त्या आत्म्याच्या ऊर्जेशी, त्या आत्म्याच्या जाणिवेशी स्वतःला ताडून पाहा – ना की भौतिक घटकांशी! अष्टावक्राने गीतेमध्ये राजा जनकाला – त्या छोट्या अष्टावक्राने – हेच सांगितलंय. राजा जनक खरं पाहता फार मोठा राजा होता. (भगवद्गीतेत श्रीकृष्णाकडून तसा उल्लेखही झालाय!) पण त्यालाही काही गोष्टी शिकाव्या लागतात! जसे की भौतिक घटना आणि भौतिक गोष्टींपेक्षाही त्यामागची आत्म्याची ऊर्जा आणि जाणीव ही जास्त महत्त्वाची! आणि आध्यात्मिकदृष्ट्या कार्य करणाऱ्या नेत्याचा हाच पाया असतो. आणि जनक राजालाही त्या ज्ञानामुळे बुद्धिप्रकाश मिळून तो एक नेता म्हणून आणि माणूस म्हणून उत्क्रांत पावतो.

महान नेता तोच ठरतो, जो स्वतःच्या जाणिवेला, जागृत मनाला उत्प्रेरना देऊन त्याचं वैभव समजून घेतो, जो स्वतः एक गतिशील आयुष्य जगतो. कारण त्याला ठाऊक असतं की, त्याला मनाच्या किंवा देहाच्या मर्यादा जखडून ठेवू शकत नाहीत, उलट तो हे जाणतो की, अवघं विश्व व्यापलेल्या त्या सर्वोच्च जाणिवेचा तोही एक भाग आहे म्हणून! आणि विलक्षण हे की, श्रीरामानेपण हेच सांगितलंय, 'नेति नेति – म्हणजे हे नव्हे, हे नव्हे' (म्हणजे आपल्या मनाला बजावणे). या प्रक्रियेने तुम्ही आत्मा म्हणजे नक्की काय याचे अनुमान लावण्याचा प्रयत्न करा. हे जग जे सुष्ट आणि दुष्टाने भरलंय त्यात हे तपासा, त्यातलं चांगलं सत्त्व तेवढं घ्या आणि वाईट त्याज्य ठरवा. जसं की आपण आंब्याच्या मधुर रसाचा आस्वाद घेतल्यानंतर कोय आणि साली फेकून देतो! आत्म्याला जन्मही नाही आणि मृत्यूही नाही. त्याला बालपण, तरुणपण, वार्धक्य काहीही नाही.

याठिकाणी श्रीरामाने वैदिक दृष्टिकोनाशी अंगभूत असणाऱ्या गोष्टींवर प्रकाश टाकलेला आणि भर दिलेला दिसतो. ते सांगतात की, जे महत्त्वाचं

नाही त्याचा त्याग करा. आणि जेवढे महत्त्वाचं सार आहे तेवढं फक्त स्वीकारा, उगाच क्षुद्र गोष्टींचा पाठलाग करू नका. या ठिकाणी जे सांगितलंय ते सर्व पातळींवर असणाऱ्या नेत्यांनी लक्षपूर्वक अंगीकारायला हवे. जे अनावश्यक ते बाजूला काढा. सोडून द्या. आंब्याचा रस प्या, कोय फेकून द्या. वरवर खोटं वाटणारं सोलून, कापून, तोडून बाजूला काढा आणि आतमधलं सत्य तेवढं घ्या! तुम्हाला फार काही करत बसायचं नाहीये. फक्त अनावश्यक गोष्टी बाजूला काढत जायचंय. म्हणून ही जी 'नेति नेति'ची पद्धती आहे ती शुद्धतेची आहे! ही पद्धती समजावते की एक नेता किंवा व्यक्तीने क्षुद्र गोष्टींमागे पळताच कामा नये. एवढंच की क्षुद्र काय, त्याज्य काय ते ओळखणं महत्त्वाचं! परिस्थितीने हादरून जाऊ नका. सत्याचा अंगभूत मार्ग ओळखा आणि त्यानंतर तुम्ही एक उत्तम शहाणे, ताकदवान आणि विवेक असणारी व्यक्ती बनाल!

गौतम बुद्धानेसुद्धा ह्याच तत्त्वाचा वारंवार पुरस्कार केलेला आढळतो. त्याचं सर्वांत महत्त्वाचं मर्म म्हणजे अत्यल्प, थोडकं, महत्त्वाचं तेवढंच जवळ करणे, त्याचं मर्म हेच की सत्याचा गाभा शोधणे, सार तेवढं गाळून बाजूला काढणे आणि बाकी सर्व त्याज्य गोष्टी फेकून देणे. सत्याला झाकून ठेवणाऱ्या सर्व असत्य गोष्टी शोधून त्यांचा त्याग करणे, ॲपल कंपनीचा संस्थापक स्टीव्ह जॉब्ससुद्धा ह्या अत्यल्प 'महत्त्वाचे तेवढे ठेवणे' (मिनिमलीझम) ह्यावर विश्वास ठेवत असे, तोसुद्धा 'नेति नेति' किंवा नको त्याचा त्याग ह्यावर विश्वास ठेवून होता, तो आपल्या कर्मचाऱ्यांमध्ये जात असे, त्यांच्याशी बोलून त्यांच्याकडून अनेक कल्पना समजून घेई आणि आपल्या ॲपलच्या मालामधे वापरताना बऱ्याच पसंत न पडलेल्या कल्पना फेकून देई. फार फार कमी कल्पनांचा तो वापर करीत असे आणि बाकीच्यांना त्याच्या लेखी किंमतच नसे. त्याचं सारं, सर्व ध्यान हे अति महत्त्वाच्या, गरजेच्या, आवश्यक तेवढ्यावर असे. बाकी फापटपसारा त्याला नकोच असे.

...आणि एखाद्या गतिशील नेत्याची तीच गरज असते. फालतूचा फापटपसारा ओळखून त्याचा त्याग करणे, उगाचंच चिंताग्रस्त विचारांना बाजूला काढून टाकण्याची क्षमता असणे, जे गाभ्यातलं सत्य आहे तेवढं ओळखणे, त्या गाभ्यापर्यंत पोहोचणे. जपानमधल्या 'झेन' या बुद्धधर्माचादेखील हाच पाया आहे. त्यामुळे, नेतृत्वाच्या भूमिकेत असताना जे अल्प पण महत्त्वाचे तेच आपले- याची कास धरा. अनावश्यक ओझं

फेकून द्या – नेतृत्वात सुटसुटीत असा. उगाचंच भारंभार कामांच्या पद्धतीमध्ये स्वतःला गुंतवून घेऊ नका, उगाचंच भारंभार कामाच्या पद्धतीमध्ये अडकून घेऊ नका. चांगले उत्तम नेते हे स्वतःच्या आतल्या शहाणपणावर आणि स्वच्छ दृष्टीनेच काम करतात. त्यासाठी उगाचंच सशर्त अटीतटींपासून मुक्ती मिळवा – आजकालच्या वारंवार अडथळे आणणाऱ्या विचारधारांविषयी बघितलं तर हेच आढळतं की, जे पूर्वीच्या काळी धडधडीत सत्य म्हणून स्वीकारलं होतं त्यालाही बाजूला काढून टाकता येऊ शकतं, जे आवश्यक नाही ते काढूनच टाका, जे असत्य आहे ते उडवा आणि मग तुमचं आयुष्य आणि एक नेता म्हणून स्वतःच्या असामान्य क्रांतिकारी दृष्टिकोनातूनच जगा.

हिंदू तत्त्वज्ञानाचे शहाणपण हे अशा प्रकारे ताजा दृष्टिकोन देते. आणि उत्तम नेतृत्वासाठी ताजा दृष्टिकोन हा कळीचा मुद्दा आहे! नवोन्मेष, शोधक जाणीव आणि पूर्णपणे नवीन मार्ग दाखवणारे विचार यांसाठी काही ठरावीक अटीतटींवर बेतलेल्या कल्पनांना तिलांजली द्यावी लागते, उपनिषदांमध्ये / वेदांमध्ये अशा सशर्त कल्पनांना दूर काढणंच अभिप्रेत आहे. त्यातून अध्यात्मावर आधारित धडे ज्यामधून नवनिर्माण, ताजेपणा आणि स्वच्छ जाणीव शिकवली जाते. नवीन काळात नेतृत्वासाठी असे नवे विचार, नवी जाणीव असणं हेच बदलाचं मोठं उदाहरण आहे. नवीन काही शोधा, नवीन उत्तम ऊर्जा आणि ताज्या कल्पना शोधा. त्यातूनच तुम्हाला तुमची अंतस्थ ताकद, तुमच्या आत्म्याची, हृदयाची सापडेल! सरतेशेवटी, एक स्वच्छ विचारांचा नेता, एक अत्यल्प हवं तेवढंच जरुरीचं बाळगणारा नेता हा सहानुभूती असणारा नेताही ठरतो – कारण अशी व्यक्तीच लोकांशी जोडण्याचे नवनवे मार्ग शोधते, नवनवीन विचार, उत्पादने लोकांपर्यंत पोहोचवते. त्यामुळे आवश्यक त्यालाच धरून राहा! आणि जेव्हा तुम्ही तसं कराल तेव्हा तुम्ही स्वतःत दडलेली प्रचंड क्षमता शोधू शकाल, तुम्ही स्वतःसाठी स्वातंत्र्य आणि मनासाठी परमानंद शोधू शकाल आणि त्याच वेळी तुम्ही खूप जास्त ताकदीने आणि स्वच्छ विचारांनी अनेक कामे करू शकाल!

प्रणय हे प्रख्यात गूढवादी, कुशल वक्ते आणि निपुण लेखक आहेत. त्यांनी आपलं आयुष्य आध्यात्मिकतेचा गहन शोध घेण्यासाठी समर्पित केलं आहे. मानवी अनुभवांची सखोल समज आणि व्यक्तिगत विकास यांच्यासाठी अतूट वचनबद्धता असलेल्या प्रणय यांनी अनेक पुस्तकांचं लिखाण केलं आहे. ही पुस्तकं आध्यात्मिकतेच्या क्षेत्रात वाचकांना नवीन दृष्टी प्रदान करतात.

प्रणय यांच्या प्रमुख योगदानांपैकी एक आहे, 'नेतृत्व आणि यशासाठी प्रगत आध्यात्मिकता' नावाची मॉड्यूलची त्यांची अपूर्व शृंखला. त्यांच्या परिवर्तन घडवणाऱ्या पॉवर टॉक्स आणि मिस्टिक टॉक्सनी सर्व क्षेत्रांतील लोकांना प्रेरणा दिली, तसंच त्यांना सशक्तही बनवलं. प्रणय यांच्या या असाधारण क्षमतेमुळे त्यांनी आंतरराष्ट्रीय स्तरावर ख्याती प्राप्त केली आहे. प्रणय यांचा अनोखा दृष्टिकोन, समकालीन अंतर्दृष्टी आणि प्राचीन ज्ञान यांची सांगड घालणारा आहे. हा दृष्टिकोन नेतृत्वाच्या गुणांना अंगीकारून आध्यात्मिक पूर्णता प्राप्त करण्यासाठी एक स्वरूप प्रदान करतो. ते आपल्याला उल्लेखनीय यशाच्या दिशेने घेऊन जातं.

प्रणय आणि त्यांच्या परिवर्तनकारी ज्ञानासंबंधी अधिक जाणून घेण्यासाठी, त्यांच्या pranay.org या अधिकृत वेबसाईटवर संपर्क साधा.